நாக மண்டலம்

அன்பார்ந்த வாசகருக்கு,

வணக்கம்.

காலச்சுவடு நூலை வாங்கியமைக்கு நன்றி.

நூலின் உள்ளடக்கம், உருவாக்கம், அட்டைப்படம் இன்ன பிற அம்சங்கள் பற்றிய உங்கள் கருத்துகளையும் ஆலோசனைகளையும் காலச்சுவடு வரவேற்கிறது. தகவல், எழுத்து, வாக்கியப் பிழைகள் தென்பட்டால் கட்டாயம் தெரிவித்து உதவுங்கள். நூல் தயாரிப்பில் கடும் குறைபாடு இருப்பின் மாற்றுப் பிரதி உங்களுக்குக் கிடைக்கக் காலச்சுவடு ஏற்பாடு செய்யும்.

மின்னஞ்சல்: publisher@kalachuvadu.com

காலச்சுவடு நாகர்கோவில் தலைமையகத்துக்கும் கடிதம் அனுப்பலாம்.

தங்கள்
எஸ்.ஆர். சுந்தரம் (கண்ணன்)
பதிப்பாளர் – நிர்வாக இயக்குநர்

அட்டையில் . . .

நாக மண்டலம் நாடகம் அமெரிக்காவின் ஓனியொன்டா நகரில் உள்ள ஹம்ப்லின் தியேட்டரில் *(Hamblin Theater Oneonta NY)* 2015ஆம் ஆண்டு பிப்ரவரி, மார்ச் மாதங்களில் மேடையேற்றப்பட்டது. அந்த மேடைநிகழ்வின் காட்சியொன்று இந்த நூலின் அட்டைப்படத்தில் இடம்பெற்றுள்ளது.

நாக மண்டலம்

கிரீஷ் கார்னாட் (1938–2019)

மகாராஷ்டிரத்தில் மாதேரான் என்னும் சிற்றூரில் பிறந்தவர். கர்நாடகத்தில் உள்ள சிர்சியில் பள்ளிப்படிப்பையும் தார்வாட் பல்கலைக்கழகத்தில் இளங்கலைப் பட்டப்படிப்பையும் இங்கிலாந்தில் ஆக்ஸ்போர்டு பல்கலைக்கழகத்தில் முதுகலைப் பட்டப்படிப்பையும் முடித்தார். சிகாகோ பல்கலைக்கழகத்தில் வருகைதரு பேராசிரியராகவும் லண்டனில் உள்ள நேரு மையத்தின் இயக்குநராகவும் சங்கீத நாடக அகாதெமியின் தலைவராகவும் தேசிய நிகழ்கலை அகாதெமியின் தலைவராகவும் பல்வேறு காலகட்டங்களில் பணிபுரிந்தவர். வரலாறு, தொன்மம், நாட்டுப்புறக் கதைகள் ஆகியவற்றைப் பின்னணியாகக் கொண்ட இவருடைய நாடகங்கள் தேசிய அளவிலும் உலக அளவிலும் வரவேற்புப் பெற்றவை. ஓர் ஓரங்க நாடகமும் பதினான்கு பெரிய நாடகங்களும் ஒரு தன்வரலாற்று நூலும் இவருடைய படைப்புகள். ஆங்கிலத்திலும் பல்வேறு இந்திய மொழிகளிலும் இவை மொழிபெயர்க்கப்பட்டுள்ளன. 1972இல் சங்கீத நாடக அகாதெமி, 1974இல் பத்மஸ்ரீ, 1992இல் பத்மபூஷன், 1994இல் ஞானபீடம் ஆகிய விருதுகளைப் பெற்றவர்.

பாவண்ணன் (பி. 1958)

மொழிபெயர்ப்பாளர்

நவீன தமிழ்ச் சிறுகதைப் படைப்பாளிகளின் வரிசையில் முக்கியமானவர் பாவண்ணன். இயற்பெயர் ப. பாஸ்கரன். இருபது சிறுகதைத் தொகுதிகளும் மூன்று நாவல்களும் இரு குறுநாவல்களும் மூன்று கவிதைத் தொகுதிகளும் முப்பத்துநான்கு கட்டுரைத் தொகுதிகளும் ஐந்து குழந்தைப் பாடல் தொகுதிகளும் ஒரு சிறுவர் கதைத்தொகுதியும் இவருடைய சொந்தப் படைப்புகள். ஒன்பது நாவல்கள், ஒன்பது நாடகங்கள், இரண்டு தலித் சுயசரிதைகள், ஒரு சிறுகதைத் தொகுதி, கன்னட தலித் எழுத்துகளைப் பற்றிய அறிமுக நூல், நவீன கன்னட இலக்கிய முயற்சிகளை அடையாளப்படுத்தும் இரண்டு தொகை நூல்கள் என எண்ணற்ற படைப்புகளைக் கன்னட மொழியிலிருந்து தமிழில் மொழிபெயர்த்துள்ளார்.

1995இல் வெளிவந்த 'பாய்மரக் கப்பல்' என்னும் நாவலுக்கு இலக்கியச் சிந்தனைப் பரிசும் 'பயணம்' என்னும் சிறுகதைக்கு 1996இல் கதா விருதும், 'பருவம்' என்னும் கன்னட நாவலை மொழிபெயர்த்தமைக்காக 2005இல் சாகித்திய அகாதெமி விருதும் பெற்றவர். 2018இல் இந்திய - அமெரிக்க வாசகர் வட்டம் வாழ்நாள் சாதனையாளர் விருதளித்துக் கௌரவித்தது.

மனைவி: அமுதா. மகன்: அம்ரிதா மயன் கார்க்கி.

மின்னஞ்சல்: paavannan@hotmail.com

கிரீஷ் கார்னாட்

நாக மண்டலம்

கன்னடத்திலிருந்து தமிழில்

பாவண்ணன்

காலச்சுவடு பதிப்பகம்

நாக மண்டலம் ❖ நாடகம் ❖ ஆசிரியர்: கிரீஷ் கார்னாட் ❖ © சரஸ்வதி கணபதி ❖ கன்னடத்திலிருந்து தமிழில்: பாவண்ணன் ❖ மொழிபெயர்ப்பு © பாவண்ணன் ❖ முதல் (குறும்) பதிப்பு: டிசம்பர் 2022 ❖ வெளியீடு: காலச்சுவடு பப்ளிகேஷன்ஸ் (பி) லிட்., 669 கே.பி. சாலை, நாகர்கோவில் 629001

காலச்சுவடு பதிப்பக வெளியீடு: 1157

naaka maNTalam ❖ Play ❖ Author: girish KarnaaT ❖ © Saraswathy Ganapathy ❖ Translated from Kannada by: Paavannan ❖ Translation © Paavannan ❖ Language: Tamil ❖ First (Short) Edition: December ❖ Size: 14 x 15cm ❖ Paper: 18.6 kg maplitho ❖ Pages: 120

Published by Kalachuvadu Publications Pvt. Ltd., 669 K.P. Road, Nagercoil 629001, India ❖ Phone: 91-4652-278525 ❖ e-mail: publications@kalachuvadu.com ❖ Printed at Compuprint Premier Design House, Chennai 600086

ISBN: 978-81-959781-8-2

12/2022/S.No. 1157, kcp 3928, 18.6 (1) rss

நாக மண்டலம்

முன்னுரை

சமூகம், குடும்பம் இவற்றில் பெண்ணிய விடுதலை நோக்கில் தேடல்

தில்லியில் என் புலம்பெயர்ந்த வாழ்வில் தேசிய நாடகப் பள்ளியின் இயக்குநர் இப்ராஹிம் அல்காஸியின் இயக்கத்தில் மேடையேறிய ஈஜென் இனெஸ்கோவின் *(Eugène Ionesco) The Lesson* நாடகமும் தில்லியில் நடைபெற்ற உலகத் திரைப்பட விழாவில் நான் பார்த்த ஜோல்டன் ஃபெப்ரியின் *(Zoltán Fábri) Ants Nest* என்னும் திரைப்படமும் என் வாழ்வில் பெரும் மாற்றத்தை ஏற்படுத்திக் கலை இலக்கிய உலகில் தேடலை மேற்கொள்ளத் தூண்டின. இதனை ஒட்டிய மாற்று சினிமா இயக்கத்தின் வெளிப்பாடுகளாக சுயம்வரம், அங்குர், மந்தன் முதலான சினிமாக்களின் தொடர்ச்சியாக வெளிவந்த சமஸ்காரா முதலான சினிமாக்களும் கிரிஷ் கார்னாட்டின் நாடக, திரையுலகப் படைப்பாக்கங்கள் குறித்து என்னை

ஈடுபாடுகொள்ளச் செய்தன. கிரிஷ் கார்னாட் சம்ஸ்காரா திரைப்படத்திலும் பங்குபெற்றிருந்தார்.

தில்லியில் உள்ள புராணகிலா என்னும் பழைய கோட்டையில் அல்காஸியின் இயக்கத்தில் மேடையேறிய கிரிஷ் கார்னாட்டின் 'துக்ளக்', தர்மவீர் பாரதியின் 'அந்தாயுக்' பல்வந்த் கார்க்கியின் 'சுல்தான் ரஷியா' என்னும் மூன்று நாடகங்களைப் பார்க்கும் வாய்ப்புக் கிடைத்தது. இம்மூன்று நாடகங்களுள் தர்மவீர் பாரதியின் 'அந்தாயுக்' ஒரு நெடுங்கவிதை. இந்நெடுங்கவிதையே அல்காஸியின் கைவண்ணத்தில் நாடகமாக உருக்கொண்டிருந்தது. சுல்தான் ரஷியாவைப் பல்வந்த் கார்க்கி நாடகமாகவே எழுதியுள்ளார். தில்லிப் பழங்கோட்டையின் இடிபாடுகளுக்கிடையே இந்திய நாடக அரங்கக் கலைக்கு ஒரு சோதனை நாடகமாக கிரிஷ் கார்னாட்டின் துக்ளக் நாடகம் அரங்கக் கலையின் நிகழ்த்துக் கலை வடிவமாக உருவான ஒன்று.

கிரிஷ் கார்னாட்டின் 'ஹயவதனா' (1971) நாடகம் தாமஸ் மன் எழுதிய 'மாறிய தலைகள்' (Transposed Heads) என்னும் நாவலைத் தழுவி எழுதப்பட்டிருந்தாலும் இதன் மூலக்கதை பதினோராம் நூற்றாண்டில் 'கதா சரிதசாகர்' என்னும் கதைத் தொகுப்பு நூலில் உள்ளது. இந்நாடகமானது யட்சகானம் என்னும் நாட்டுப்புற நிகழ்த்துக் கலையின் அம்சங்களைக் கொண்டு உருவாக்கப்பட்ட ஒன்று. இதன் தொடர்ச்சியாக கிரிஷ் கார்னாட் உருவாக்கியதே 'நாக மண்டலம்' (1988). இதன் மூலம் ஒரு கன்னட நாட்டுப்புறக் கதையாகும். இந்நாடகம் முன்னுரையும் இரண்டு அங்கங்களும் கொண்டது.

நாக மண்டலம் நாடகத்தின் மையப்பாத்திரம் ராணி என்னும் இளம்பெண். அவள் கணவன் அப்பண்ணனுக்கு அவள்மீது நாட்டமில்லை. அதே ஊரில் வசிக்கும் வேறொரு பெண்மீது மையல் கொண்டிருக்கிறான். அதனால் வீட்டில் அவன் இரவில் தங்குவதில்லை. அவனை வசியம் செய்வதற்காக அதே ஊரில் இருக்கும் பாட்டியொருத்தி ஒரு வேரைக் கொடுக்கிறாள். வேரை அரைத்து அவன் அருந்தும் பாலில் கலந்து கொடுக்க வேண்டும் என்பதுதான் திட்டம். ஆனால் பாலுடன் வேர்ச்சாற்றைக் கலந்த நிலையில் ராணியின் மனநிலை மாறிவிடுகிறது. கணவனைத் தன் பொறுமையினாலேயே திருத்திவிடலாம் என நினைத்து அந்தப் பாலை வீட்டுக்குப் பின்னால் இருக்கும் ஒரு பாம்புப் புற்றில் ஊற்றிவிடுகிறாள். அந்தப் பாலை அருந்திய நாகப்பாம்பு அவள்மீது மையல்கொள்கிறது. அவள் கணவன் இல்லாத அன்றைய இரவு வீட்டுக்குள் வந்து அவள் கணவனின் உருவில் அவளைச் சந்திக்கிறது. கணவன்தான் மனம் மாறி வந்துவிட்டானென நினைத்து அவளும் மகிழ்ச்சியடைகிறாள்.

ஒவ்வொரு நாளும் இரவு வேளைகளில் அவள் கணவன் வெளியேறிவிட, கணவன் உருவில் வரும் நாகம் அவளுடன் மகிழ்ச்சியில் திளைக்கிறது. ஒருநாள் ராணி தான் தாய்மை யடைந்திருப்பதாக அறிவிக்கும்போது அதிர்ச்சியில் உறைகிறான் கணவன். ஊர்ப் பஞ்சாயத்தைக் கூட்டுகிறான். புற்றில் இருக்கும் நாகப்பாம்பைக் கையில் ஏந்தியபடி ராணி தன் வாழ்நாளில் தன் கணவனையும் நாகத்தையும் தவிர வேறு யாரையும் தொட்டதில்லை என்று சத்தியம் செய்கிறாள். ஊர் மக்கள் அவளை மிகச் சிறந்த பத்தினியாக ஏற்றுக்கொள்கிறார்கள்.

அவள் கணவனும் மனம் மாறி அவளை ஏற்றுக்கொள்கிறான். நெருங்கிச் செல்ல முடியாத நாகம் இறந்துபோகிறது.

கார்னாட் இந்தக் கதையை நேரிடையாகச் சொல்வதில்லை. இரவு வேளைகளில் வீட்டில் உள்ள மனிதர்கள் தீபத்தை அணைத்த பிறகு, அந்த தீபங்கள் எல்லாம் வெளியேறி ஊருக்கு வெளியே ஒன்றுகூடித் தமக்குள் உரையாடிக்கொள்கின்றன என்றும் ஒவ்வொரு வீட்டிலும் நடைபெறும் கதையை ஒவ்வொரு தீபமும் சொல்லிப் பரிமாறிக்கொள்கின்றன என்றும் ஒரு நம்பிக்கை கர்நாடகத்தில் உண்டு. அந்த நம்பிக்கையின் தளத்தில் இந்தக் கதையை முன்வைக்கிறார்.

துக்ளக், தலைதண்டா ஆகியவற்றைத் தொடர்ந்து நாக மண்டலம் கிரீஷ் கார்னாடுக்கு உலக நாடக அரங்கில் மிகப் பெரும் பாராட்டுக்களைப் பெற்றுத் தந்ததோடு சிறந்த நாடகாசிரியருக்கான சாகித்ய அகாதெமி விருதினையும் 1989ஆம் ஆண்டில் பெற்றுத்தந்தது. இந்நாடகம் பெங்களூரில் உள்ள ரங்கயனா அரங்கில் ஜெயஸ்ரீயின் இயக்கத்தில் மேடையேறியதைப் பார்த்திருக்கிறேன். இம்மேடை யாக்கத்திற்கு ஆனந்தின் ஒளியமைப்பு பாராட்டுக்குரியது. இந்நாடகத்தின் மேடையாக்கத்தைப் பார்த்த பொழுதும், இப்பொழுது இந்நாடகம் தமிழில் காலச்சுவடு பதிப்பகத்தின் வெளியீடாக வரும் அச்சுப் பிரதியைப் படித்த பொழுதும் பெரும் மகிழ்ச்சி ஏற்பட்டது.

நாக மண்டலம் நாடகத்தைக் கன்னட மொழியிலிருந்து மொழிபெயர்த்தவர் நண்பர் பாவண்ணன். 1972ஆம் ஆண்டுக்குப்

பிறகு ஒவ்வொரு கோடை விடுமுறையின்போதும் தில்லியிலிருந்து பெங்களூர் சென்று தங்கியிருக்கும்பொழுது எப்போதும் சந்திக்கும் நண்பர்களுள் ஒருவர் பாவண்ணன். அப்பொழுது பிஎஸ்என்எல்லில் பணிபுரியும் நண்பர் மகாலிங்கத்துடன் வருவார். தமிழில் சிறுகதை, நாவல், கவிதை எனப் பல படைப்புகளை உருவாக்கியதோடு கன்னட மொழியிலிருந்து சிறுகதைகள், நாடகங்கள் எனப் பல நவீன கன்னடப் படைப்புகளைத் தமிழில் மொழிபெயர்த்துள்ளார். மொழிபெயர்ப்பு இரண்டு பண்பாட்டுக்களுக்கிடையே உள்ள தொடர்பு ஊடகம்; அது ஒரு கலை. அது நன்கு கைவரப்பெற்றவர் பாவண்ணன். அதற்காக சாகித்ய அகாதெமி விருதும் மேலும் பல விருதுகளும் பெற்றவர்.

கிரிஷ் கார்னாட்டின் நாக மண்டலம் நாடகத்தின் இம்மொழியாக்கத்தினைத் தமிழ்ச் சமூகம் வரவேற்குமா என்ற கேள்வி எழுகிறது. தமிழ்ச் சமூகத்தின் வாசகர்களின் எதிர்வினை, வரவேற்பு எத்தகையன என இன்னமும் புரிபடவில்லை. படைப்புக்கான வரவேற்பு குறித்த ஆய்வுகள் இதைப் புரிந்துகொள்ள உதவலாம்.

லண்டனில் உள்ள பிகாடில்லி சதுக்கத்தில் சாமுவேல் பெக்கெட்டின் 'கோதேவிற்காகக் காத்திருத்தல்' நாடகம் ரோஜர் பெலன் இயக்கத்தில் மேடையேறியதைக் கண்ட பார்வையாளர்கள் இந்நாடகத்தின் மூலம் என்ன சொல்லவருகிறீர்கள் எனக் கேட்டார்களாம். அதற்கு அவர், எனக்கு அது தெரிந்திருந்தால் அதை மேடையிலேயே சொல்லியிருப்பேன் என்று சொன்னதாக ஒரு தகவல் உண்டு.

இந்நாடகத்துக்கு நோபல் விருது கொடுக்கப்பட்டுள்ளது. அண்மையில் மறைந்த நண்பர் கி. சச்சிதானந்தம் இந்நாடகத்தை மொழிபெயர்த்து வெளியிட்டுள்ளார். இந்த நாடகம் தமிழ்நாட்டில் மேடையாக்கம் கண்டதா என்று தெரியவில்லை.

காலச்சுவடு பதிப்பகத்தின் மூலம் வரும் இந்நாடகத்தைத் தமிழ் நாடகக் குழுக்கள் மேடையேற்றுமா என்று பார்க்க வேண்டும். தமிழர்கள் எப்பொழுதும் கூட்டுப்புழு வாழ்க்கையில் சுகம் கண்டவர்கள். அவர்களை எழுப்புவது இயலாத காரியம்.

கிரீஷ் கார்னாட் நாக மண்டலம் எழுதுவதற்கு என்ன தேவை? ஏற்கெனவே இந்தக் கதை கதா சரித சாகர் நூலில் இருக்கிறதே என்று சொல்வது பதிலாக இருக்க முடியாது. அது போதாது. பிற்கால வாசகர்களுக்கு அதிலும் நாடகப் பார்வையாளர்களுக்கு அதன் மையச்சரடான, பெண்ணின் இருப்பைச் சொல்ல வேண்டும் என்னும் வேட்கையே இதனை நாடகமாக எழுதத் தூண்டியிருக்கும்.

எந்தவொரு நாடகமும் இயக்குநரின் இயக்கத்தில், நடிகர்களின் நடிப்பில், அரங்க வடிவமைப்பாளர், ஒளியமைப்பாளர், உடை ஒப்பனைக் கலைஞர் - இவர்களின் கூட்டுக் கலையாக மேடையேறிப் பார்வையாளர்கள் முன் வைக்கப்படும் பொழுதுதான் அந்நாடகப் பிரதி முழுமையான கலை வடிவம் பெறுகிறது.

சந்தைப் பொருளாதாரத்தில் எல்லாமே வணிகப் பொருளாக மாறிவிட்ட நிலையில் நோம் சோம்ஸ்கி சொல்வதுபோல ஊடகங்களும் மனித மனங்களைக் கட்டமைக்கின்றன.

தாய்வழிச் சமூகம் தந்தைவழிச் சமூகமாகப் படிமாற்றம் பெற்ற சமூகப் பண்பாட்டு வளர்ச்சி, குடும்பம், அதன் தலைமைப் பொறுப்பேற்றிருக்கும் கணவன், மனைவி என்னும் பெயரில் இருக்கும் பெண் - இவர்கள் இருவருக்குமான பந்தம் ஆகியன புனிதப்படுத்தபட வேண்டுவதற்காக ஆண்வழிச் சமூகம் உருவாக்கியதே கற்பு என்னும் கோட்பாடு அல்லது பெண்ணின் மீதான பாலியல் வன்முறை. பெரியார் எழுப்பிய “பெண் ஏன் அடிமையானாள்” என்பது ஒரு பெரும் கேள்வி. நாக மண்டலம் நாடகத்தின் தலைமைப் பாத்திரமான ராணி உண்மையில் ராணியே. அப்பண்ணன் வெறும் ராஜா அல்லது கூஜா. பெண் இரட்டை வாழ்வு வாழ வேண்டுமா என்ற கேள்வி எழுகிறது. அதுவல்ல இங்கு சொல்லவந்தது. பெண் இரண்டாம் பாலினம் மட்டுமல்ல, அவள் குடும்பம் என்னும் சமூக நிறுவனத்தில் ஓர் அங்கம். இதற்காக நாம் சமத்துவபுரத்தை உருவாக்க வேண்டாம்; சமத்துவக் குடும்பத்தை உருவாக்க வேண்டும். அது பெண் விடுதலையின் முதற்கட்டம் மட்டுமல்ல; முடிவான சட்டமும் ஆகும். இதுவே கிரீஷ் கார்னாட்டின் நாக மண்டலம் உணர்த்தும் செய்தி.

பாவண்ணனின் மொழிபெயர்ப்பில் காலச்சுவடு பதிப்பாக வெளியாகியுள்ள கிரீஷ் கார்னாட்டின் நாக மண்டலத்தைப் படிப்பதோடு அதனைத் தமிழில் மேடையேற்றுவதே நாம் அவருக்குச் செலுத்தும் அஞ்சலியாகும்.

செ. ரவீந்திரன்

புதுச்சேரி
03.11.2022

பாத்திரங்கள்

மனிதன்

தீபங்கள்

கதை

ராணி

அப்பண்ணன் - நாகப்பன்

குருடவ்வா

கருப்பண்ணன்

மூன்று ஊர்ப் பெரியவர்கள்

கிராமத்தவர்கள்

அறிமுகம்

(ஒரு பாழடைந்த கோயில். சிலை உடைந்திருப்பதால் எந்தக் கடவுள் என்று அடையாளம் தெரியவில்லை.

இரவு வேளை. கோபுர விரிசல்கள் வழியாக நிலா வெளிச்சம் பொழிகிறது. உடைந்த சிலையைத் தாங்கிய பீடத்திலும் கருவறையின் மூலைகளிலும் வெளிச்சம் படர்கிறது. தூணில் சாய்ந்தபடி ஒரு மனிதன் உட்கார்ந்திருக்கிறான். கொஞ்சநேரம் அசைவற்று உட்கார்ந்திருக்கிறான். அப்புறம் கண்ணைச் சிமிட்டுகிறான். கைவிரல்களால் கண் இமைகளைப் பிடித்துக் கண்களை அகலமாக்கிப் பார்க்கிறான். மீண்டும் பழையபடியே அசைவற்று உட்கார்கிறான். பிறகு பார்வையாளர்களோடு பேச ஆரம்பிக்கிறான்.)

மனிதன் : இன்னும் கொஞ்ச நேரத்துக்குள் நான் செத்துப்போய்விடுவேன்.

(சிறிது இடைவெளிக்குப் பின்)

நாடகத்தில் வருகிற சாவு கிடையாது. உண்மையான சாவு... உங்கள் கண்ணெதிரிலேயே சட்டெனச் செத்துப் போய்விடுவேன்.

(சிறிது இடைவெளிக்குப் பின்)

ஒரு சன்னியாசி வந்து என்னிடம் சொன்னான்: இந்த மாசத்தில் ஒரே ஒரு ராத்திரியாச்சும் முழுக்க முழுக்கக் கண் முழிக்கணும். முழிச்சிட்டா பொழைச்சிக்கலாம். முழிக்கலைன்னா, இந்த மாசத்துல வரக்கூடிய கடைசி ராத்திரி செத்துடுவேன்னு சொன்னான். அவன் சொன்ன படியே ஒரு நாள் ராத்திரி கண்முழிச்சிட்டா போச்சு. அது என்ன பெரிய விஷயம்ன்னு நெனைச்சுச் சிரிச்சிட்டேன். ஆனால் இருபத்தொன்பது ராத்திரி ஓடிப்போச்சு. ஒரு ராத்திரி கூட முழுசா கண் முழிக்க முடியலை. ஒவ்வொரு ராத்திரியிலேயும் என்னையும் மீறித் தூக்கம் வந்துடுது. கண்ணோட கண் ஒட்டிப்போயிடுது. கண் தெறந்து பார்த்தபடி இருக்கறேன்னு நான் நெனச்சதெல்லாம் வெறும் கனவுன்னு அப்புறமாதான் தெரியுது. இப்படியே இருபத்தொன்பது ராத்திரியும் ஓடிப்போச்சு, ஒரு ராத்திரிலேயும் முழுசா கண் முழிக்க முடியலை... இன்னைக்குத் தான் கடைசி ராத்திரி. இத்தனை நாள் சாத்தியமாகாத சங்கதி இன்னைக்கு ராத்திரி மட்டும் சாத்தியமாகும்னு எப்படி நம்ப முடியும்? உங்களைப் பாத்துட்டிருக்கும்போதே தூக்கக் கலக்கம் வந்தாலும் வந்திடும். அப்படி ஏதாச்சும் நடந்துட்டா, என் கதை முடிஞ்சிப் போச்சுன்னு அர்த்தம்...

(சிறிது இடைவெளிக்குப் பின்)

அந்த சன்னியாசிக்கிட்டே நான் கேட்டேன் : அந்த அளவுக்கு நான் எந்தத் தப்புச் செஞ்சேன் ? எந்தத் தப்புக்காக இப்படி ஒரு தண்டனை அனுபவிக்கணும்ன்னு என் தலையில் எழுதி இருக்குது ? அதுக்கு அவன் சொன்னான்: நீ நாடகம் எழுதின ஆளு. நாடகம் நடத்தின ஆளு. ஊரு ஜனமெல்லாம் ஒன்னா சேர்ந்து உன் நாடகத்த பாக்கலாம்ன்னு வந்து நாற்காலி, பெஞ்ச் புடிச்சி உட்கார்ந்தா ஒரு பக்கம் முழுசா தூங்கவும் முடியல, இன்னொரு பக்கம் முழுசா கண்முழிச்சிப் பாக்கவும் முடியல. அப்படி ஒரு நரகவேதனையை அனுபவிச்சாங்க. அந்த மாதிரி எத்தனைபேர் தூக்கத்தைக் கெடுத்தியோ. அது எல்லாம் ஒன்னா சேர்ந்து ஒரு சாபமா மாறி உன்னைத் துரத்தியடிக்குது. சாவு ரூபத்துல உன்னையே சுற்றிச்சுற்றி வருதுன்னு சொன்னான்.

(மௌனம்)

என் நாடகங்களால இவ்வளவு பெரிய பின் விளைவு உண்டாகும்ன்னு எனக்குத் தெரியாமப் போச்சு. கடைசி ராத்திரி. அதனாலதான் வீட்டைவிட்டு இங்க ஓடி வந்துட்டேன். காலம் காலமா எழுத்தாளன் என்கிற அகங்காரத்தோடு எந்தக் குடும்பத்துக்கு முன்னால வளைய வந்தேனோ, அந்தக் குடும்பத்தின் கண் முன்னால ஒரு எழுத்தாளனுடைய சாவு நேரக்கூடாதுன்னுதான் இந்த இடத்துக்கு வந்துட்டேன். இந்தப் பாழடைஞ்ச கோயில்ல கடவுள் சிலை துண்டு துண்டா ஒடைஞ்சிக் கெடக்குது. சொல்லிக் கூப்பிட ஒரு பேர்கூட இல்லாம. இந்தக் கோயில் யாருக்கும் தெரியாம ஒண்டி ஆளாச் சாக சரியான இடம். ஒரு விஷயம் மட்டும் ரொம்ப சத்தியம். இந்தத் தடவை மட்டும் பொழைச்சிட்டா,

இனிமேல கதை, நாடகம் பக்கமே போகமாட்டேன். கதை, ஸ்டைல், ப்ளாட், தீம் – இந்த மாதிரி எந்த வழிக்கும் போக மாட்டேன். இது கடவுள் மேல் சத்தியம்.

(நீண்ட மௌனம். மீண்டும் மீண்டும் கண்களைக் கசக்கிக் கொள்வதும், தன்னைத் தானே கிள்ளிக்கொள்வதுமாக இருக்கிறான். கோயிலுக்கு வெளியே சற்றே தொலைவில், சில பெண்களின் குரல்கள் கேட்கின்றன. அத்திசையில் திரும்பி)

யார் அது? நடுராத்திரியில் பாழடைஞ்ச கோயிலுக்கு வருவது யாரு?...

(வியப்புடன்)

நாலைந்து தீபங்கள்!

(தூணுக்குப் பின்னால் மறைந்துகொண்டு பார்க்கிறான். நாலைந்து தீபங்கள் காற்றில் மிதந்தபடிக் கோயிலுக்குள் நுழை கின்றன. பெண் குரலில் அவை பேசுகின்றன, சிரிக்கின்றன.)

ஆச்சரியம், சாதாரணமான தீபம். அகல் விளக்கு இல்லை. குத்து விளக்கும் இல்லை. தீபங்களைப் பிடிக்கிறவர்களும் இல்லை. வெறும் தீபம். எந்தப் பிடிமானமும் இல்லாமல் காற்றிலேயே மிதந்து வருகிறது, பேசுகிறது என்றால், இது என்ன மாயம்? ஏதாவது பேய் பிசாசு வேலையா, ஏதாவது பெண்தேவதையின் கண்கட்டு வித்தையா?

(மேலும் பத்து இருபது தீபங்கள் வருகின்றன. அரட்டை, சிரிப்பு, கூச்சல்)

தீபம் 3 : அடடே ஜோதியம்மாவா ... இது என்ன ஆச்சரியமாக இருக்கிறதே, எங்களைவிட முன்னாலேயே வந்துவிட்டாயே.

கிரீஷ் கார்னாட்

தீபம் 1 : எங்க வீட்டு முதலாளி எவ்வளவு பெரிய கஞ்சன் தெரியுமா? பெண்டாட்டி கை கொஞ்சம் தாராளம்ன்னு தானே கடைக்குப் போய்ச் சாமான் வாங்கி வந்துடுவான். இன்றைக்கு விளக்கேத்தி வச்சு ஒரு மணி நேரம்கூட ஆகல. வாங்கி வந்த எண்ணெய் தீர்ந்துட்டுது. வீட்டில் மணிலா எண்ணெய் எவ்வளவு இருந்துச்சோ. விளக்கெண் ணெய் டப்பா காலியாகி ரொம்பக் காலமாயிட்டுது. ஒரு சொட்டு எண்ணெய்கூட இல்லை. கவனிக்காம எல்லாரும் படுக்கப்போய்ட்டாங்க. நாங்க கௌம்பி வந்துட்டோம்.

தீபம் 2 : *(மூக்கை மூடியபடி நாலாவது தீப்பந்தத்தைப் பார்த்து)* சீ... விளக்கெண்ணெய்... மணிலா எண்ணெய்... எப்படித் தான் சகிச்சிக்கிறிங்களோ. நாங்க இருக்கறது பணக்காரங்க வீடு. தேங்காய் எண்ணெயைத் தவிர வேற எதையும் உபயோகப்படுத்தமாட்டாங்க.

தீபம் 1 : நம்ம கதையை விடு. வழக்கமா வருகிற நேரத்தைவிட ஒரு அரைமணி நேரம் முன்னால வந்திருப்போம் அவ்வளவுதான். ஆனால் உன்கூட வந்திருக்காளே, கஞ்சன் வீட்டு ஜோதியம்மா, மாசக்கணக்குல ஆளு இருக்கற இடமே தெரியலை. திடீர்னு இன்னைக்கு இவ்வளவு சீக்கிரமாக வந்தாச்சே, என்ன விஷயம்?

தீபம் 4 : இன்னைக்கு மட்டுமல்ல. இனிமேல தினமும் சீக்கிரம் விடுதலை கெடைச்சிடும்ன்னு நெனைக்கிறேன்.

(கூட வந்திருந்த எல்லா தீபங்களும் கொல்லெனச் சிரிக்கின்றன)

தீபம் 1 : என்ன... என்னாச்சு?

தீபம் 2 : *சொல்லு! சொல்லு!*

தீபம் 4 : *எங்க வீட்டு முதலாளியுடைய அம்மா ரொம்ப வயசானவங்க. வயிறு வீங்கிப் போச்சு. முதுவெல்லாம் ஒரே சீழ், சுற்றியும் மலம், மூத்திரம், பொழைச்ச மாதிரியும் இல்ல. செத்த மாதிரியும் இல்ல. ராத்திரியெல்லாம் ஒரே சத்தம். வீட்டுல இருக்கறவங்க யாருக்கும் தூக்கம் கெடையாது. நடுவுல எனக்குத்தான் ஒரே அவஸ்தை. கொஞ்சம்கூட ஓய்வே கெடையாது. இன்னிக்குக் காலையிலதான் கிழவி செத்தாள். இப்ப வீட்டில் இருக்கறவங்க ரெண்டே ரெண்டு பேருதான். எங்க முதலாளி, அவர் பெண்டாட்டி. பெண்டாட்டின்னா எப்படிப்பட்ட பெண்டாட்டின்னு நெனைச்சிட்டிங்க? இப்பத்தான் பச்சை விட்டு வெளைஞ்சு நிக்கற எளசு வெள்ளரிக்காய் மாதிரி. இருட்டானா போதும், என்ன நிறுத்திடுவாங்க.*

தீபம் 2 : *ரொம்ப புண்ணியம் செஞ்சவள் நீ. எங்க முதலாளி பெண்டாட்டி ரொம்ப அழகு. அழகைப் பாத்துட்டே இருந்தால்தான் மொதலாளிக்கு ஆசை வரும். இதனால வீட்டுல நடக்கிற ராத்திரி விவகாரங்களுக்கெல்லாம்கூட விளக்கச் சாட்சியா இருக்கணும்.*

(சிரிப்பு. எல்லாத் தீபங்களும் பேசுகின்றன. மேலும் புதிய தீபங்கள் வந்து சேர்கின்றன. பிரிகின்றன. பேசிக்கொண்டே ஓடி ஆடுகின்றன.)

மனிதன் : *ஓஹோ, எல்லாம் கேள்விப்பட்ட சங்கதிதான். வீட்டில விளக்கை அணைச்சதுமே எல்லாம் ஊருக்கு வெளியே இருக்கிற கோயிலில் ஒன்னா சேரும். அங்கேயே ராத்திரி*

முழுக்க அரட்டை அடிச்சிக்கிட்டே தங்கி இருக்கும்னு கேள்விப்பட்டிருக்கேன். எல்லாம் இந்தக் கோயில்லதான் வந்து கூடறாங்களா..?

(ஒரு புதிய தீபம் கோயிலுக்குள் நுழைகிறது. மற்ற எல்லாத் தீபங்களும் ஆரவாரமாய் அதை வரவேற்கின்றன.)

தீபங்கள் : ஏன் இவ்வளவு தாமதம்? எங்கே இருந்தாய் இவ்வளவு நேரம்? நடுராத்திரி ஆகப்போவுது.

புதிய தீபம் : அதை ஏன் கேக்கறிங்க போங்க. நம்ம வீட்டில ஒரு விஷயம் நடந்துபோச்சு.

தீபங்கள் : *(கும்பலாக)* என்னாச்சு? என்னாச்சு..?

புதிய தீபம் : நம்ம வீட்டில் கிழவன், கிழவி ரெண்டு பேர்தான் இருக்கறாங்கன்னு உங்களுக்கு நல்லாத் தெரியும். சாப்பாட்டு வேலை முடிஞ்சு, வீட்டையெல்லாம் கழுவி, பாத்திரங்களைக் கழுவி, அடுக்கி எல்லா வேலையையும் செஞ்ச பிறகு புருஷன் தூங்கற இடத்துக்கு வந்தாள் கிழவி. நல்லா பளபளன்னு புடவை கட்டிக்கிட்டு அழகான பொண்ணு ஒருத்தி புருஷன் தூங்கற அறையிலிருந்து அதே நேரத்துல வெளியே வந்தா. கிழவியப் பார்த்ததுமே அந்தப் பொண்ணு சட்டுனு முகத்த மூடிக்கிட்டு ஒரே ஓட்டமா ஓடிட்டா. போய்ப் புருஷன எழுப்பிக் கிழவி கேட்டதுக்கு 'எந்தப் பொண்ணு என்ன விஷயம்'ன்னு திருப்பிக் கிழவியையே கேக்கறான். புருஷன் பொண்டாட்டிக்குள்ள வாய்ப்பேச்சு முற்றிக் கைகலப்பு உண்டாய்டுச்சு.

தீபங்கள் : *(கூச்சல்)* யாரு அந்தப் பொண்ணு? உங்க வீட்டுக்குள்ள எப்படி வந்தாள்?

புதிய தீபம் : சொல்றேன். சொல்றேன். நம்ம கிழவிக்கு ஒரு கதை, ஒரு பாட்டுத் தெரியும். ஆனா அந்தக் கிழவி எந்த நாளிலும் யாரிடமும் அந்தக் கதையைச் சொன்னதே இல்லை. எந்தப் பாட்டையும் சொல்லிக்கொடுத்ததில்லை. கிழவி மனசுக்குள்ளேயே இருந்து இருந்து கதைக்கும் பாட்டுக்கும் ஒரே வேதனையாய்டுச்சு. இன்னைக்கு மத்தியானம் சாப்பாடு ஆன பிறகு கொஞ்ச நேரத்துக்குத் தூங்கப் போனாள் கிழவி. குறட்டை விடறதுக்காக வாய் திறந்தது. அதே சமயத்தில் கதை, பாட்டு ரெண்டும் கிழவி வாய் வழியா வெளியே தப்பிச்சிடுச்சு. எறவாணத்து மேல ஏறி ரெண்டும் யார் கண்ணுக்கும் படாம மறைவா உட்கார்ந்திச்சு. ராத்திரியில கிழவி தூங்கப் போனதுமே, கதை பெண்ணா மாறிட்டுது. புடவையைக் கட்டிக்கொண்டு கிழவனோட போர்வைக்குள்ள போய்க் கதை மறைஞ்சிட்டுது. கிழவி உள்ளே நுழையற நேரத்துக்குச் சரியா கதை வெளியே வந்துட்டுது. கிழவன், கிழவி ரெண்டு பேருக்கும் சண்டைய மூட்டிவிட்டுட்டு கதையும் பாட்டும் பழிக்குப்பழி வாங்கிடுச்சு.

தீபம் 4 : ஒரு கதையை மறைச்சி வச்சா, அது இன்னொரு கதையாயிடும்.

தீபம் 5 : பழிக்குப் பழி வாங்கினது சரிதான். ஆனால் அந்த ரெண்டுக்கும் எதிர்காலத்தில என்ன கதி? பாவம், இந்த இருட்டுக்குள்ளே எங்கே அலையுதுங்களோ?

புதிய தீபம் : இங்க வருகிற வழியில அந்த ரெண்டையும் சந்திச்சேன். 'கோயிலுக்கு வாங்க, நாங்க எல்லாரும் அங்கயே இருக்கிறோம்'ன்னு சொல்லிட்டு வந்தேன்.

இந்நேரம் வந்துட்டே இருக்கணும் . . . ஆ அதோ வந்து சேர்ந்துட்டாங்க . . .”

(வர்ணங்கள் மின்னும் புடவையுடுத்திக்கொண்டு அழகான ஒரு பெண் கோயிலுக்குள் நுழைகிறாள். மிகவும் சோர்வுற்றவளாக ஒரு மூலைக்குச் சென்று உட்கார்கிறாள். தீபங்கள் அவளைச் சுற்றிக்கொள்கின்றன.)

தீபங்கள் : எதுக்காக முகத்தைச் சுளிச்சிட்டு உட்கார்ந்திருக் கியோ? எங்களுக்கும் வேற எந்த வேலயும் இல்ல. விடியற துக்கு இன்னும் எவ்வளவோ பொழுது இருக்குது. உன்னு டைய கதையை எங்களுக்குச் சொல்லலாமில்லையா?

கதை : *(சோர்வோடு)* உங்களுக்குச் சொல்லி என்ன பிரயோஜனம்? கதையைக் கேக்கறவங்க அந்தக் கதையை இன்னொருத்தவங்களுக்குச் சொன்னா நல்லது. உங்களால வேற யாருக்கும் கதையைச் சொல்ல முடியாது. அதோடு நம்ம கதையும் முடிஞ்ச மாதிரிதான். பேசாம அந்தக் கிழவி மனசிலேயே விழுந்து கிடந்திருக்கலாம். இன்னைக்கு இல்லாவிட்டாலும் என்னைக்காவது ஒரு நாள் சொல்லி இருப்பாளோ என்னமோ...

தீபங்கள் : அதுவும் சரிதான். ஆனால் நம்மால என்ன செய்ய முடியும் சொல்லு?

(இப்படியாகத் தமக்குள்ளேயே அவை பேசிக்கொள்கின்றன. வெறுமையான மனத்துடன் உட்கார்ந்திருக்கிறது கதை. இதுவரைக்கும் மறைவிடத்தில் உட்கார்ந்திருந்த மனிதன் சட்டெனத் தன் மறைவிடத்தில் இருந்து வெளிப்பட்டுக் கதையின் இடுப்பைப் பிடிக்கிறான். பயந்து கலவரமுற்ற தீபங்கள்

முன்னும் பின்னும் அலைகின்றன. மனிதனின் பிடியிலிருந்து தப்பித்துக்கொள்ளக் கதை முயற்சி செய்கிறது.)

மனிதன் : சொல். நான் கேட்கிறேன் சொல்.

கதை : *(விடுவித்துக்கொள்ள முயன்றவளாக)* யார் நீ? யார் நீ? விடு என்னை.

மனிதன் : யாராய் இருந்தால் என்ன? கதை கேட்க நான் தயார் சொல்.

கதை : அப்படியா. சரி, என் கையை விடு.

(தன் பிடியை விட மறுக்கிறான் அவன். விடுவிக்கும் பட்சத்தில் கதை ஓடி விடக்கூடும் என்று பயப்படுகிறான்.)

கதை : கதை சொல்ல வெறும் வாய் மட்டும் போதாது. கையும் வேண்டும்.

(தன் பிடியை விடுகிறான்)

ஆனால் ஒரு நிபந்தனை.

மனிதன் : என்ன?

கதை : வெறுமனே கதையைக் கேட்பதில் பிரயோஜனம் இல்லை. அந்தக் கதையை இன்னொருத்தருக்கும் நீ மறுபடி சொல்ல வேண்டும். ஒரு கதை பிறப்பது யாருடைய சொத்தாகவும் இருப்பதற்கல்ல.

மனிதன் : ஓஹோ சாகாம பொழைச்சா சொல்லிட்டா போச்சு. எல்லாத்துக்கும் மொதல்ல நான் பிழைக்கணும். அதனால நானும் ஒரு நிபந்தனை விதிக்கிறேன்.

கதை : அது என்ன?

கிரீஷ் கார்னாட்

மனிதன் : கதையைக் கேட்கும்போது எனக்குத் தூக்கம் வரக்கூடாது. கொட்டாவி வரக்கூடாது. அப்படித் தூங்கிட்டா நான் செத்துடுவேன்.

கதை : *(சிரித்து)* ஒரு கதையா பொறந்துட்டப்புறம் இதக்கூட என்னால சமாளிக்க முடியலைன்னா எப்படி?

மனிதன் : *(திடுமென நினைத்துக்கொண்டவனாக)* இல்லை இல்லை. சாத்தியமே இல்லை.

கதை : என்ன? என்னாச்சு?

மனிதன் : நான் இப்பதான் சத்தியம் செய்தேன். சாகாம பொழைச்சிட்டா கதை, நாடகம், எழுத்து, எல்லாத்தயும் விட்டுடுவேன்னு. இன்னொரு தரம் இந்தப் பார்வையாளர் களுடைய சாபத்தைச் சந்திக்கிற அளவு என்னிடம் உற்சாகமில்லை.

கதை : *(கோபத்துடன்)* அப்படியென்றால் சரி. நாங்க கௌம்பறோம்.

(புறப்படுகிறாள்)

மனிதன் : நில்லு. நில்லு.

(கதை நிற்கிறாள். மனிதன் பலவீனமாகி)

என் நெலைமையைக் கொஞ்சமாச்சும் புரிஞ்சிக்கறதுக்கு...

(கதை நிற்கிறாள். மனிதன் மீண்டும் கூவி)

ஆகட்டும் சரி. உன் நிபந்தனைக்குக் கட்டுப்படுகிறேன். வேறு என்ன செய்ய முடியும். நீ போனால் என் கதையும் முடிஞ்சமாதிரிதான். எனக்கு வேற வழி இல்லை.

(பார்வையாளர்களிடம்)

இப்பவாச்சும் இந்த நாடகத்தை நடத்தறதுக்கு என்ன காரணமென்று புரியுதில்லையா? கை கூப்பிக் கேட்டுக் கொள்கிறேன். நீங்கள் ஒத்துழைக்கணும். கவனத்தோடு நாடகத்தைப் பாக்கணும். என்னப் பொறுத்தவரைக்கும் இது வாழ்வா சாவா பிரச்சனை.

(கதையிடம்)

சரி. சொல்.

(இனிமேல் நாடகம் முழுக்கவும் கதையும், மனிதனும் மேடையின் மேலேயே இருக்கிறார்கள். அவர்களைச் சுற்றிலும் கொஞ்சம் தள்ளித்தள்ளி நிற்கும் தீபங்களும் கதை கேட்கின்றன. மேடையில் இருந்த பாழடைந்த கோயில் மாயமாய் மறைந்து அப்பண்ணன் வீட்டின் முன்வாசல் தெரிகிறது.)

ஒன்று

(அப்பண்ணனின் வீடு. வீட்டின் உள் பகுதிகள் எல்லாம் தெரியும் மேடை அமைப்பு. முன் வாசலில் வெளிப் பக்கத்தில் இருந்து கதவுகள் பூட்டப்பட்டிருக்கின்றன.)

கதை : ஓர் ஊரில் ஒரு பெண் இருந்தாள். ஏதோ ஒரு பெயர். அவளுக்கு ஒரே ஒரு மகள். அம்மாவும் அப்பாவும் அவளுக்கு ஆசையோடு ராணி என்று பெயரிட்டு அழைத்து வந்தார்கள். நீளமான கூந்தல் இருக்கிற ராணி. பெரிய கொண்டை போட்டிருக்கிற ராணி. பெரிய நாகப்பாம்பு ஒன்று வாலைச் சுருட்டிக்கொண்டு உட்கார்ந்திருக்கிற மாதிரி அவளது கொண்டை அமைப்பு இருக்கும். கொண்டையைப் பிரித்தாளானால் கருகருவென்று கூந்தல் கால் வரைக்கும் அடர்த்தியாய் இறங்கிக் கால்கொலு சோடு உரசிக்கொண்டிருக்கும். ராணி பெரியவளானாள். மாப்பிள்ளை தேடிப்

நாக மண்டலம்

பார்த்து ராணியின் தந்தையார் அவளுக்குத் திருமணம் செய்வித்தார். அவன் ஒரே பிள்ளை. சிறு வயதிலேயே தாய் தந்தையை இழந்தவன். ஏகப்பட்ட சொத்து. ராணி பருவம் எய்தினாள். புருஷன் வந்து தன் ஊருக்கு அழைத்துக் கொண்டு சென்றான். அவன் பெயர் அப்பண்ணன் என்று வைத்துக்கொள்ளலாம்.

(அப்பண்ணன், ராணி இருவரும் மேடைக்கு வருகின்றனர். தலைமேலும் தோளிலும் மூட்டை முடிச்சுகள் சுமந்திருக்கின்றனர். வாசல் கதவில் தொங்கும் பூட்டைத் திறக்கிறான் அப்பண்ணன். சைகை செய்து அவளை வீட்டுக்குள் அழைக்கிறான். இருவருமாய்ச் சேர்ந்து மூட்டை, முடிச்சுகளை உள்ளே எடுத்துக்கொண்டுபோய் வைக்கிறார்கள்.)

அப்பண்ணன் : எல்லாச் சாமானும் எடுத்தாந்தாச்சா?

ராணி : ம்.

அப்பண்ணன் : சரி, நாளைக்குக் காலையில மறுபடியும் நான் வரேன். சாப்பாடு ஆக்கி வை. சாப்ட்டுட்டுக் கெளம்பறேன்.

(கலவரத்துடன் பார்க்கிறாள் ராணி. அவளைப் பற்றிச் சிறிதும் கவலைப்படாமல் வெளியே வந்து கதவைச் சாத்தி வெளிப்பக்கத்தில் இருந்து பூட்டிவிட்டுப் புறப்படுகிறான் அவன். உள்ளே இருக்கிற ராணி ஓடிக் கதவருகே வருகிறாள். கதவுகளைத் தள்ளிப் பார்க்கிறாள். வெளிப்பக்கத்தில் பூட்டப் பட்டிருக்கிறது. ஜன்னல் கதவு வழியே வெளியே எட்டிப் பார்க்கிறாள். அவள் பக்கம் பார்க்காமலேயே புறப்பட்டுச் செல்கிறான் அவன்.)

ராணி : *(பயந்து)* என்னங்க... என்னங்க...

(நடப்பது என்ன என்று புரியாமலேயே அதிர்ச்சியோடு நிற்கிறாள் அவள். அழக்கூட முடியவில்லை. அதன் பிறகு உள்ளே அறையின் மூலையில் சென்று உட்கார்கிறாள். மெல்ல மெல்ல இருள் அடைகிறது. தனக்குத்தானே பேசிக்கொள்ள ஆரம்பிக்கிறாள். தொடக்கத்தில் அவள் பேச்சு எதுவும் தெளிவாகக் காதில் விழவில்லை. ஆனால் இருள் அதிகமாக அதிகமாக அவளது பேச்சுத் தெளிவாகக் கேட்கிறது.)

ராணி : ...என்னை எங்கே அழைத்துக்கொண்டு போகிறாய் என்று அப்போது ராணி கேட்கிறாள். அதற்குக் கருடன், "ஏழு சமுத்திரம் தாண்டி ஏழு தீவுகள். ஏழாவது தீவின் மேல் ஓர் அழகான தோட்டம். அதிலே ஒரு நீலோற்பவ மரம். அந்த மரத்தடியில் உன் தாயாரும் தந்தையாரும் உனக்காகக் காத்துக்கொண்டிருக்கிறார்கள்" என்று சொல்கிறான். அதைக் கேட்ட ராணி, "அப்படியா. சரி போகலாம் வா" என்று செல்கிறாள். கருடனின் முதுகில் அவள் ஏறி உட்கார்ந்ததும் ஆகாயத்தை நோக்கிப் பறக்கிறான் கருடன்...

(உட்கார்ந்த இடத்திலேயே தூங்குகிறாள். தூக்கத்திலேயே 'ஐயோ அம்மா,' 'அம்மா, வா இங்க' என்று பிதற்றுகிறாள். விடிகிறது. பதறி எழுந்து பின்கட்டில் உள்ள குளியல் அறைக்குச் சென்று முகம் கழுவிக்கொண்டு சமையல் அறைக்குள் செல்கிறாள். சமைக்கத் தொடங்குகிறாள். மதியமாகிறது. அப்பண்ணன் வருகிறான். பூட்டைத் திறந்து வீட்டுக்குள் நுழைகிறான்.)

அப்பண்ணன் : நான் குளிச்சிட்டு வருவதுக்குள்ள சாப்பாடு போட்டு வை.

(குளித்துவிட்டு வருகிறான். சாப்பிட உட்கார்கிறான். அவள் பரிமாறுகிறாள்.)

நாக மண்டலம்

ராணி : *(பயந்தபடி)* என்னங்க...

(பதில் எதுவும் பேசாமல் சாப்பிடுகிறான். ராணி மீண்டும் குறுக்கிடுகிறாள்.)

என்னங்க... ராத்திரில... வீட்டுலே ஒண்டியா இருக்கறதுக்கு ரொம்பப் பயமா இருக்குது...

அப்பண்ணன் : இங்க பாரு... எனக்கு இந்த மாதிரி சளசளன்னு வீண் பேச்சுப் பேசறது பிடிக்காது! சொன்னபடிச் செஞ்சா சரி. இல்லன்னா அடி, உதைதான்.

(சாப்பிட்டு எழுகிறான்.)

நாளைக்குக் காலைல மறுபடியும் சாப்பாட்டுக்கு வருவேன். இதே மாதிரி சாப்பாடு ஆக்கி வை.

(கை கழுவிக்கொண்டு வெளியே வருகிறான். கதவை மூடிப் பூட்டிவிட்டுப் புறப்படுகிறான். முன்வாசல் வரைக்கும் வரும் ராணி ஜன்னல் வழியாக அவன் செல்லும் திசையை வெறுமையோடு பார்த்தபடி நிற்கிறாள்.)

கதை : இப்படியே ஒவ்வொரு நாளும் உருண்டு ஓடியது.

(சமையல் அறைக்குச் சென்று சமைக்கத் தொடங்குகிறாள். ராணி தனக்குத்தானே பேசிக்கொள்ளத் தொடங்குகிறாள்.)

ராணி : ...அப்போது ராணியின் தாயாரும் தந்தையாரும் ராணியைக் கட்டிப்பிடித்துக்கொண்டு அழ ஆரம்பிக்கிறார்கள். கொஞ்சுகிறார்கள். அவளுக்குப் பயம் உண்டாகாத வண்ணம் தம் இருவருக்கும் நடுவிலும் அவளைப் படுக்கவைத்துக்கொள்கின்றனர். 'இனிமேல் உன்னைத்

தனியாவிட மாட்டோம். பயப்பட வேணாம்' என்று சொல்கின்றனர். அடுத்த நாள் மறுபடியும் வருகிறது. ராணியை மீண்டும் கூப்பிடுகிறது. பார்க்கிறாள்.

(சிரித்து) ஆனால் அங்கே காணோம். அதற்குப் பதிலாக அங்கே அரசகுமாரன் சிரித்தபடி நின்றுகொண்டிருக்கிறான்.

(அடுப்பு நெருப்பை வெறித்துப் பார்த்தபடி உட்கார்கிறாள் ராணி. அழுகை பொங்கி வருகிறது. அழ ஆரம்பிக்கிறாள்.)

ராணி : அம்மா, அப்பா ... என்னைக் கூப்பிட்டுக்கொண்டு போங்க... எங்க இருக்கீங்க நீங்க? அப்பா – அம்மா.

(தன் தாயான குருடவ்வாவைச் சுமந்தபடி கருப்பண்ணன் வருகிறான். அவளுக்கு ஏறத்தாழ ஐம்பது வயது. குருடி, அவனுக்கு இருபத்திரண்டு, இருபத்து மூன்று வயசிருக்கும். உடல் வலிமை உள்ளவன். பேசிக்கொண்டே மேடைக்குள் நுழைகிறார்கள்.)

கருப்பண்ணன் : அம்மா, உனக்கு வேற வேலையே இல்ல, விடிஞ்சு எழுந்ததுமே எவன் வீட்டில் என்ன நடக்குதுன்னு பாக்கறதுக்குக் கௌம்பிட்ட. அந்த அப்பண்ணன் ஒரு காட்டுப்பன்றியாவோ கரடியாவோ பொறந்திருக்க வேண்டிய ஆளு, தப்பித் தவறி மனுசனா பொறந்துட்டான். பேசினாப் போதும், எகிறி நம்மயே கடிச்சிடறமாதிரி பேசறான். ஊரே அவன் சங்கதியே வேணாம்ன்னு ஒதுக்கி வச்சிருக்கும்போது உனக்கு எதுக்கு அவன் கவல?

குருடவ்வா : அவன் எப்படியாவது இருந்துட்டுப் போகட்டும், அவன் அம்மாவும் நானும் அக்கா தங்கச்சி மாதிரி இருந்தவங்க. ஆனால் பாவம் அவள். அவனப் பெத்துத் தீட்டுக் கழியறதுக்குள்ளேயே மண்ணோட மண்ணாய்ட்டா.

அவளுடைய வீட்டுக்கு ஒரு மருமகள் வந்திருக்கான்னு கேள்விப்பட்ட பிறகு பாக்காம இருக்க மனசு கேக்குமா? இதுக்கு நடுவுல அப்பண்ணன அந்தத் தாசி வீட்டில பாத்ததாக நீ சொன்னதுக்குப் பிறகு மனசே கேக்கல. என் தூக்கமே ஓடிப்போச்சு. வீட்டுக்கு ஒரு பொண்டாட்டி வந்தப்பறம்கூடத் தாசி சம்பந்தம் அவன விட்டுப் போகலையே...

கருப்பண்ணன் : உன்னிடம் சொன்னதே பெரிய தப்பா போச்சு. தூக்கம் கெட்டு நீ அலையற. முதுகுவலியோட நான் அலையறேன்.

குருடவ்வா : என்னைத் தூக்கிட்டுப் போன்னு உன்னைக் கேட்டேனா. நான் பிறந்து வளர்ந்த ஊர் இது. எப்படியாவது தனியா வந்துபோகத் தெரியும்.

கருப்பண்ணன் : அம்மா, தினமும் அந்த அனுமார்கிட்ட நான் என்ன வேண்டிக்குவேன் தெரியுமா? கடவுளே, நான் குஸ்தி கத்துக்க வேணாம். அடிதடியும் கத்துக்க வேணாம். ஆனா எங்க அம்மாவ தூக்கி ஓடியாடுற அளவுக்கு உடம்புல தெம்பு கொடு. அது போதும்! அப்படித்தான் வேண்டிக்குவேன்.

குருடவ்வா : எனக்குத் தெரியாதாடா உன் மனசு?

(சட்டென கருப்பண்ணன் நிற்கிறான்.)

என்னடா, திடீர்னு நின்னுட்ட? என்னாச்சு?

(அவளுக்குப் பதில் சொல்லாமல் தொலைவில் பார்த்தபடி நிற்கிறான் அவன். குருடவ்வா கலவரமுற்று –)

கருப்பண்ணா... கருப்பண்ணா...

கருப்பண்ணன் : பயப்படவேணாம் அம்மா, அப்பண்ணனுடைய வீடு இங்க இருந்தே தெரியுதும்மா. அதனாலதான் நின்னுட்டேன்.

குருடவ்வா : *(பெருமூச்சுவிட்டு)* அம்மா ... அந்த ராட்சசனோ, பிசாசோ அங்கேதான் நிக்கறான்னு சொல்லப் போறயோ என்னமோன்னு பயந்துட்டேன் ...

கருப்பண்ணன் : அம்மா ராட்சசனும் கிடையாது. பிசாசும் கிடையாது. அப்படியே பாத்துட்டுச் சொன்னாலும் உனக்கு நம்பிக்கை வராது. இப்ப, நான் அந்தப் பேச்சயே எடுக்கலை. ஆனால், சும்மா சும்மா நீ பயந்து சாகற ...

குருடவ்வா : தற்சமயத்துக்கு அந்தப் பேச்சு வேணாம். எதுக்காக நின்ன? அதச் சொல்லு.

கருப்பண்ணன் : எதுக்காகன்னா, அப்பண்ணன் வீட்டுல யாருமே இருக்கறமாதிரி தெரியலை. வாசல் கதவ பூட்டுப் போட்டுப் பூட்டி இருக்காங்க.

குருடவ்வா : *(ஆச்சரியத்துடன்)* ஆ... அது எப்படி? அவன் தாசி வீட்டில் படுத்துக் கெடந்தாலும், அவனுடைய பெண்டாட்டி இருக்கணும் இல்லையா? ...

கருப்பண்ணன் : அந்த அப்பண்ணனப்பத்தி என்னன்னு சொல்லறது? அவன மாதிரி ஒரு மோசமான ஆளு வேற யாருமே கெடையாது.

குருடவ்வா : அதுக்குள்ளாற அம்மா வீட்டுக்குப் பெண்டாட்டிய அனுப்பிட்டானா? கருப்பண்ணா, நான் சொல்றதக்

கேளு. போய் ஜன்னல் வழியா எட்டிப்பாரு. வீட்டக் காலி செஞ்சிட்டுப் போயிருக்காங்களா ...

கருப்பண்ணன் : முடியாது, அதெல்லாம் என்னால முடியாது.

குருடவ்வா : நான் சொல்றபடி செய்.

கருப்பண்ணன் : என்னால முடியாது.

குருடவ்வா : *(கோபம் கொண்டு)* எனக்குக் கண் இருந்திருந்தா உன்ன கேட்டிருக்க மாட்டேன்டா, நானே போய்ப் பாத்திருப்பேன். என்னமோ ... கடவுள் எனக்குக் கண்ணக் கொடுக்கல.

கருப்பண்ணன் : *(வேறு வழியின்றி)* அம்மா ... அந்த அப்பண்ணன் பிரச்சனை நமக்கு எதுக்கும்மா? யாராவது பாத்தா என்ன சொல்வாங்க?

குருடவ்வா : *(வேகமுடன்)* சொன்னா சொல்லிக்கட்டும் நமக் கென்ன? போ. போ. பாத்துச் சொல்லு.

(இருவரும் வீட்டுக்கருகில் செல்கின்றனர். அவளைக் கீழே இறக்கிவிட்டு, தனியாக முன்னே நடந்து ஜன்னல் வழியே எட்டிப் பார்க்கிறான்.)

கருப்பண்ணன் : வீட்டுக்குள்ளே யாருமே இல்ல.

குருடவ்வா : ஏன்டா முட்டாள் ... வெளியே பூட்டி இருக்கும்போது உள்ளே எப்படிடா ஆள் இருப்பாங்க. முற்றத்துல கோலம் போட்டு எத்தன நாளாகி இருக்கும்ன்னு பாரு. கொடியில துணி ஏதாச்சும் காய வச்சிருக்காங்களா பாரு. எந்த மாதிரி துணி, அதயும் பாரு. வேட்டியா, துண்டா, புடவையா, ஜாக்கெட்டா ...

கருப்பண்ணன் : *(சோர்வோடும் வேகத்தோடும்)* அம்மா, இங்கே இருந்து பாக்கறதுக்கு எதுவும் தெரியலைம்மா...

ராணி : *(அவன் குரல் கேட்டு, உள்ளிருந்தபடி)* யார் அது? யார் அங்க பேசறது?

கருப்பண்ணன் : *(பதறி)* ஐயோ அப்பா..!

(குருடவ்வாவைத் தூக்கிக்கொண்டு ஓடத் தொடங்குகிறான்.)

குருடவ்வா : டேய்... டேய்... நில்லுடா நில்லுடா... பேயக் கண்ட மாதிரி எதுக்குடா இப்படி ஓடற?

கருப்பண்ணன் : அம்மா, வீட்டுக்குள்ளே யாரோ இருக்காங் கம்மா, யாரோ பொண்ணு...

குருடவ்வா : எனக்கும் கேட்டுதுடா. பொண்ணா இருந்தா, அதுக்கு இப்படி அடிச்சி புடிச்சி ஓடிவரணுமா? அவள் இருப்பான்னு நெனச்சித்தானே நாம இங்க வந்தது?

கருப்பண்ணன் : அம்மா, பொண்டாட்டிய உள்ள வச்சு வெளிக் கதவ பூட்டிட்டு ஒருத்தன் போறான்னா என்ன அர்த்தம்?

குருடவ்வா : என்ன அர்த்தம், நீயே சொல்லு.

கருப்பண்ணன் : யாரும் தன்னோட பொண்டாட்டி சங்கதியில தலையிட வேணாம்ன்னு அர்த்தம்.

ராணி : *(ஜன்னலருகில் வந்து)* யார் அது?

கருப்பண்ணன் : அம்மா, போயிடலாம் வா.

(புறப்படுகிறான். அவனது முதுகில் குருடவ்வா குத்துகிறாள்.)

குருடவ்வா : நில்லுடா நில்லு. *(ராணியைப் பார்த்தபடி)* வந்தேன்டி வந்தேன். அங்கேயே இரு. இறக்குடா என்ன. இறக்கு.

(குருடவ்வாவைக் கீழே இறக்குகிறான் கருப்பண்ணன். அவசரம் அவசரமாக அவள் வீட்டை நோக்கி நடக்கிறாள்.)

கூண்டுல கிளிய அடச்சிவச்ச மாதிரி வீட்டுக்குள்ள பொண்டாட்டிய அடச்சிட்டுப் போய்ட்டானா அவன்? நான் போய் அவகிட்ட பேசிட்டு வந்துடறேன். வேணும்ன்னா நீ வீட்டுக்குப் போ.

கருப்பண்ணன் : நான் அங்க வரமாட்டேன். வீட்டுக்கும் போக மாட்டேன். இங்கயே, இந்த ஆலமரத்தடியிலேயே உட்கார்ந்திருக்கேன். நீ கொஞ்சம் சீக்கிரம் வா. அரட்டை அடிச்சிக்கிட்டு உட்கார்ந்துடாதே.

(மரத்தடியில் உட்கார்கிறான்.)

குருடவ்வா : பொண்ணே ... ஏ பொண்ணே ...

ராணி : *(பயந்தவளாக)* யாரு?

குருடவ்வா : பயப்படாதே. என் பேரு குருடவ்வா. உன் மாமியாரும் நானும் கூடப் பொறந்த அக்கா தங்கச்சி மாதிரி இருந்தோம். உன் புருஷன் பொறக்கும்போது நான்தான் கூடமாட இருந்தேன். பயப்படாதே. அப்பண்ணன் எனக்கும் புள்ளை மாதிரிதான். வீட்டுக்குள்ள இல்லயா அவன்?

ராணி : இல்ல.

குருடவ்வா : உன் பேரு என்ன?

ராணி : எல்லாரும் என்ன ராணின்னு கூப்புடுவாங்க.

குருடவ்வா : *சரி, அப்பண்ணன் எங்க போனான்?*

ராணி : *தெரியாது.*

குருடவ்வா : *எப்ப வெளியே போனான்?*

ராணி : *நேத்து மதியம் சாப்ட்டப்பறம் போனார்.*

குருடவ்வா : *திரும்பி எப்ப வருவான்?*

ராணி : *மத்தியானச் சாப்பாட்டுச் சமயம் மட்டும்தான் அவர் வீட்டுல இருப்பார்.*

குருடவ்வா : *அடப்பாவமே! ஒருவேளைச் சாப்பாடு சாப்ட்டுட்டு வெளியே போனா அடுத்த நாள்தான் வருவானா?*

(பதில் இல்லை)

அதுவரைக்கும் தனியா நீ வீட்டுக்குள்ளே இருக்கியா?

(அழுகை தாங்க முடியாமல் ராணி தேம்ப ஆரம்பிக்கிறாள்)

அழாதம்மா அழாத. உன்ன அழ வைக்கறதுக்கு நான் வரலை. தினமும் உன்ன இப்படித்தான் அடச்சிப் போட்டுட்டுப் போறானா?

ராணி : *ம். அவர்கூடச் சேர்ந்து இந்த ஊருக்கு வந்த நாள்லேர்ந்து இப்படித்தான் ...*

குருடவ்வா : *ஐயோ ... ஐயோ ... ஏதாவது அடிப்பானா?*

ராணி : *இல்ல.*

குருடவ்வா : *(வார்த்தைகள் தடுமாற) உங்கிட்ட ... ஏதாவது ... பேசறானா ..?*

ராணி : எவ்வளவு வேணுமோ அவ்வளவுதான் பேசுவார். 'சாப்பட வரன்' 'சொன்னபடி செய்...'

குருடவ்வா : அப்படின்னா... உன்னை... இன்னும்...

ராணி : இந்த ஊருக்கு வந்ததிலிருந்து அவரத்தவிர அடுத்த ஆள்கிட்ட பேசறேன்னா, அது உங்கிட்டதான். பேசறதுக்கு ஒரு துணை இல்லாம *(கண்ணீர் தளும்பியவளாக)* ஒரே வெறுப்பாய்டுச்சி.

குருடவ்வா : 'ஏதாவது பேசறானான்னு' அந்த அர்த்தத்தில் நான் கேக்கல. கல்யாணத்துக்குப் பிறகு... புருஷன்... உன் கையைத் தொட்டு... த்ச்... கல்யாணத்துக்கு முன்னால உன் அம்மா, அப்பா, ஆயா யாரும் இதப்பத்தி தெளிவா சொல்லலியா..?

ராணி : எங்க அம்மா... நான் பிறந்தபோது அழ ஆரம்பிச்சவ நான் ஊரவிட்டு வர்ற வரைக்கும் அழுதுகிட்டே இருந்தா. பாவம்.. இன்னும் அழுதுகிட்டே இருக்காளோ என்னமோ.

(அழத் தொடங்குகிறாள்)

குருடவ்வா : அழாதம்மா அழாத. அழுது நடக்கப் போறது என்ன இருக்குது சொல்லு. அழாத, இங்க வா. ஜன்னல் ஓரமா வா. என் கைதான் எனக்குக் கண்ணு. நீ எப்படி இருக்கேன்னு பாக்கறன்.

(ஜன்னல் கம்பிகளிடையே கைகளை நுழைத்து ராணியின் தலை, முகம் எங்கும் தொட்டுத் தடவிப் பார்க்கிறாள்)

எவ்வளவு அழகா இருக்கற நீ. செம்பருத்திப்பூ மாதிரி இருக்குது காது. கழுத்துக்கூட எவ்வளவு வளைவு நெளிவா

அழகா இருக்குது. பட்டுத்துணி மாதிரி இருக்குது உன் உதடு, கிளி மாதிரி அழகா இப்படி ஒரு பெண்டாட்டிய வீட்டுல வச்சிட்டா ஊரெல்லாம் போய்த் திரியறான் அவன்?

ராணி : *(தேம்பலுடன்)* ராத்திரியில எனக்குத் தூக்கமே வர்றது கெடையாது. ரொம்பப் பயமா இருக்குது. ஊர்ல இருக்கும்போது தினமும் எங்க அம்மா அப்பா நடுவுல தான் படுத்துக்குவேன். இங்க... ஒண்டியா... குருடவ்வா... என்ன இந்த நிலைமைல வச்சிருக்காங்கன்னு எப்படி யாவது எங்க அம்மா அப்பாவுக்குத் தெரியப்படுத்தறியா? வந்து என்ன அழைச்சிப் போவச் சொல்லிச் சொல்றியா? வாழ்ந்ததெல்லாம் போதும் போதும்ன்னு ஆய்டுச்சி. ஏதாவது கெணத்திலயோ கொளத்திலயோ விழுந்து...

குருடவ்வா : சீச்சீ. அப்படியெல்லாம் பேசக்கூடாது. எல்லாத் தயும் நான் பார்த்துக்கறன். *(திரும்பிக் கருப்பண்ணனை அழைக்கிறாள்)* கருப்பண்ணா... கருப்பண்ணா...

கருப்பண்ணன் : *(மரத்தின் பின்னால் இருந்து)* என்னம்மா?

குருடவ்வா : இங்க வா கொஞ்சம்.

கருப்பண்ணன் : வரமாட்டேன்.

குருடவ்வா : வாடா இங்கன்னா... சீ... இவனொருத்தன்.

(அவன் இருந்த இடத்துக்கே சென்று)

டேய... ஓட்டமா வீட்டுக்குப் போ... மாட்டுக் கொட்டகை உள்ள போனதுமே இடது பக்க மூலையில...

கருப்பண்ணன் : இடது பக்க மூலையில...

குருடவ்வா : நீ கலப்பைய வைக்கற இல்ல... அதுக்குமேலே அந்தத் தூணுக்குப் பின்னால, கட்டைக்கு மேலே...

கருப்பண்ணன் : தூணுக்குப் பின்னால கட்டைக்கு மேல...

குருடவ்வா : ஒரு பழைய பெட்டி இருக்குது. அதுல நெறைய சாமான்ங்க இருக்குது. அதுக்குள்ள துணி முடிச்சு ஒன்னு இருக்குது. அதைத் தெறந்து பாரு. அதுக்குள்ள ஒரு சின்ன மரப்பெட்டி இருக்குது.

கருப்பண்ணன் : மரப்பெட்டி... ம்...

குருடவ்வா : அந்தப் பெட்டியில வலது பக்க மூலைல ஒரு காகிதப் பொட்டலம் இருக்குது. அதுக்குள்ள ஒரு காலித் தேங்கா மூடி இருக்குது. அதுக்குள்ள ரெண்டு துண்டு வேர் இருக்குது. அத எடுத்து வா... ஓடு...

கருப்பண்ணன் : இப்பவேவா?

குருடவ்வா : இப்பவே வேணும். அந்த அப்பண்ணன் வர்றதுக் குள்ளே வேணும்.

கருப்பண்ணன் : அம்மா. என் பேச்ச கேளு. அவன் வந்துட்டா...

குருடவ்வா : சும்மா பேசிப் பேசிப் பொழுத வீணாக்காத. போ. ம்.

(எழுந்து வீட்டுப்பக்கம் செல்கிறாள் குருடவ்வா. வேறு வழியின்றி கருப்பண்ணன் போகிறான்.)

பொண்ணே, இருக்கியா அங்க..?

ராணி : இங்கேயே இருக்கேன் குருடவ்வா, யார் அது?

குருடவ்வா : என் பையன் கருப்பண்ணன்.

ராணி : முகமே தெரியலையே.

குருடவ்வா : கருப்பண்ணன்னு பேர் வைச்சதாலே ஆளும் கருப்புன்னு நெனைக்காதே. ஆளு நல்லா செவப்புதான். பொறந்ததுமே இவனப் பாத்துட்டுச் சிவப்பண்ணன்னு பேர் வைக்கலாம்ன்னு சொன்னார் இவுங்கப்பா. 'சிவப்புன்னா என்ன? என் குருட்டுக் கண்ணுக்கு அது எதுவும் தெரியாது. என் உலகமே கருப்புத்தான். என் புள்ளை பேரும் கருப்பண்ணன்னுதான் இருக்கனும்'ன்னு நான் சொன்னேன். அதனால கருப்பண்ணன்னு ஆய்ட்டான்.

ராணி : இப்ப எங்க அவன அனுப்பி இருக்கற?

குருடவ்வா : அதத்தான் சொல்ல வரேன் கேளு. உக்காரு. *(இருவரும் உட்கார்கிறார்கள்)* நான் பிறவிக் குருடி. என்னப் பார்த்து யாரு கல்யாணம் செஞ்சிக்குவாங்க? எங்கப்பாவும் எனக்காக மாப்பிள்ளை தேடித்தேடி ஆளே சோர்ந்துட்டாரு. ஒருநாள் எங்க வீட்டுக்கு ஒரு சாமியார் வந்தார். அந்தச் சமயம் வீட்டுல நான் தனியா இருந்தேன். என்னென்னமோ சொல்லி அவர எப்படியோ வீட்டுல தங்க வச்சேன். சுடச்சுடச் சோறாக்கி வயிறு நிரம்பப் போட்டேன். சாப்புட்டப்பறம் அந்தச் சாமியார் எனக்கு மூணு வேர் கொடுத்தார். 'எந்த ஆம்பளை இந்த வேரைச் சாப்படறானோ, அவனுக்கு உன்மேல ஆசை உண்டாகும்'ன்னு சொன்னாரு.

ராணி : *(உற்சாகத்துடன்)* அப்புறம்?

குருடவ்வா : 'முதலில் சின்ன வேர சாப்படவச்சிப் பாரு. அதுக்கு எந்தப் பலனும் கெடைக்காமப் போனா நடு அளவு வேர உபயோகப்படுத்து. அதுவும் சரியான பலனக்

கொடுக்கலைன்னா பெரிய வேர உபயோகப்படுத்து'ன்னு சொன்னாரு.

ராணி : அப்புறம்?

குருடவ்வா : ஒரு நாளு எங்க சொந்தக்காரப் பையன் ஒருத்தன் இந்த ஊருக்கு வந்தான். எங்க வீட்டுலதான் தங்கினான். ஒரு துண்டு வேர எடுத்து நல்லா அரைச்சித் தேய்ச்சி ரசத்துல கலக்கி அவனுக்கு ஊத்திட்டடன்.

(இருவரும் சிரிக்கிறார்கள்)

எந்தத் துண்ட அரைச்சேன் சொல்லு!

ராணி : எந்தத் துண்டா? எல்லாத்துக்கும் சின்னதுன்னு நெனைக்கறேன். இல்ல, இல்ல எல்லாத்துக்கும் பெரிய துண்டுன்னு நெனைக்கறேன்.

குருடவ்வா : ஊகூம். எனக்கு இருந்த அவசரத்தில சின்ன துண்டு இருக்கறதே தெரியலே. பெரிய துண்டைப்பத்தி சாமியார் கொஞ்சம் பயமுறுத்தி வச்சிருந்தாரு. அதனால நடுவேரத்தான் எடுத்து அரைச்சேன்.

ராணி : *(ஆர்வத்துடன்)* அப்புறம்..?

குருடவ்வா : சாப்பாடு ஆனப்புறம் பையன் என்ன ஒரு பார்வை பாத்துட்டு அப்படியே பைத்தியம் ஆகிட்டான். ரெண்டு நாள்ல கல்யாணம் நடத்திடுச்சி. இங்கயே வீட்டு மாப்பிள்ளையா கடைசி வரைக்கும் தங்கிட்டான். மந்திரம் போட்டமாதிரி ஆளு என்னையே சுத்திச்சுத்தி வந்தான்.

(ராணி கைகொட்டிச் சிரிக்கிறாள். கருப்பண்ணன் மரத்தின் மறைவில் நின்றுகொண்டு)

கருப்பண்ணன் : அம்மா.

குருடவ்வா : திரும்பி வந்துட்டான்போலத் தெரியுது.

இரு வரேன்.

(மரத்தின் அருகில் சென்று)

கொடு இங்கே

(கருப்பண்ணனிடமிருந்து வேர்த்துண்டுகளைப் பெற்றுக் கொண்டு அவசரம் அவசரமாக ஜன்னல் அருகில் வருகிறாள்.)

குருடவ்வா : பொண்ணே, இருக்கியாடி?

ராணி : இங்கேயே இருக்கேன் குருடவ்வா...

குருடவ்வா : இந்தா...

ராணி : என்னது?

குருடவ்வா : எனக்கு அந்தச் சாமியார் கொடுத்தார்ன்னு சொன்னேனில்லையா. அந்த வேர்த்துண்டு. நீ எடுத்துக்கோ.

ராணி : *(பயந்து)* வேணாம் குருடவ்வா.

குருடவ்வா : எடுத்துக்கோ. சின்ன துண்டயே எடுத்துக்கோ. உன்னை மாதிரி அழகான பொண்ணுக்கு அந்தச் சின்னத் துண்டே போதும். ஒருதரம் உன்கூட இருந்து சுகம் கண்டுட்டான்னா, அப்பறம் எதுக்கு அந்த நாய் வீட்டுக்குப் போறான்?

(ராணி ஒரு துண்டை எடுத்துக்கொள்கிறாள். தன் கையில் இருக்கிற இன்னொரு துண்டைப் பாதுகாப்பாக வாழை இலையில் வைத்து மடித்துக்கொள்கிறாள்.)

நாக மண்டலம்

அந்தத் துண்ட நல்லா பொடியா அரச்சி, குழம்புல கலந்து, உன் புருஷனுக்கு ஊத்து. என்ன நடக்கப் போவுதுன்னு நீயே பாரு. உன்ன நல்லபடியா பெண்டாட்டியா நடத்துவான்.

ராணி : *(புரியாமல்)* எங்களுக்குக் கல்யாணம் நடந்திடுச்சி குருடவ்வா.

குருடவ்வா : நான் சொல்றபடிச் செய் இப்ப. போ. இப்பவே செய். போய் நல்லா பொடியா அரைக்க ஆரம்பி.

(கருப்பண்ணன் ஓசை எழுப்புகிறான்)

அப்பண்ணன் வந்துட்டான்னு நெனைக்கறேன்.

ராணி : *(உள்ளே ஓடியபடி)* நீ போ குருடவ்வா, அடிக்கடி வந்துட்டுப் போ.

குருடவ்வா : சரி சரி, சொன்னதயெல்லாம் ஒழுங்கா செய்.

(புறப்படுகிறாள். அப்பண்ணன் வந்துவிடுகிறான்)

அப்பண்ணன் : யாரு? குருடவ்வா

குருடவ்வா : ஆமாம்பா, எப்படி இருக்கே அப்பண்ணா? ரொம்ப நாளாய்டுச்சி பாத்து.

அப்பண்ணன் : *(சந்தேகத்துடன்)* உனக்கு இங்கே என்ன வேலை குருடவ்வா?

குருடவ்வா : புதுசா பொண்டாட்டி கட்டி அழைச்சிட்டு வந்திருக்கன்னு கேள்விப்பட்டேன். சரி, பாத்துப் பேசிட்டுப் போவலாம்ன்னு வந்து நானும் கூப்பிட்டுக் கூப்பிட்டுப் பாக்கறேன். உன் பெண்டாட்டி வெளியிலயே வரமாட்டங்கறா?

அப்பண்ணன் : அவள் யாரோடும் பேசமாட்டா. அவளோட வும் யாரும் பேசவேணாம்.

குருடவ்வா : சரி விடு.

(போகிறாள்)

அப்பண்ணன் : *(அவளுக்குக் கேட்கிற மாதிரி)* கண் தெரியறவங் களுக்குப் புரியட்டும்ன்னு கதவப் பூட்டி வச்சேன். இந்தக் குருடவ்வா தொந்தரவ எப்படிச் சமாளிக்கறது? ஒரு வேட்டை நாயைக் கொண்டுவந்துதான் கட்டி வைக்கணும். *(வாசல் கதவைத் திறந்து உள்ளே நுழைகிறான். ராணியிடம்...)*

இன்னைக்கு எனக்குச் சாப்பாடு வேணாம். குளிச்சிட்டுக் கெளம்பறேன். ஒரு தம்ளர் பால் மட்டும் சுடவச்சிக் கொடு.

(குளியல் அறைக்குச் சென்று குளிக்கத் தொடங்குகிறான். ராணி அடுப்பில் பால் பாத்திரத்தை வைக்கிறாள். அதற்குள் குருடவ்வா கொடுத்த வேர்த்துண்டின் பக்கம் அவள் பார்வை செல்கிறது. யோசிக்கிறாள். வெளியே ஓடி வந்து புருஷன் குளித்துக்கொண்டிருப்பதைப் பார்த்து உறுதி செய்துகொள்கிறாள். மீண்டும் சமையல் அறைக்குச் செல்கிறாள். வேரைத் தேய்த்து அரைத்து முடிக்கிறாள். பாலைத் தம்ளரில் ஊற்றுகிறாள்.)

அப்பண்ணன் : *(உடம்பைத் துவட்டியபடி)* பால்...

(ராணி பதற்றத்துடன் எழுகிறாள். அரைத்த வேரின் சாற்றைப் பாலில் ஊற்றுகிறாள். பால் தம்ளரை எடுத்து வந்து அப்பண்ணனிடம் தருகிறாள். அவன் ஒரே மடக்கில் பாலைக் குடித்துவிடுகிறான். தம்ளரை அவளிடம் தந்துவிட்டுச் சாவியுடன் புறப்படுகிறான். புருஷனையே பார்த்தபடி நிற்கிறாள் ராணி.)

அவன் வீட்டுவாசலை நெருங்க முயற்சி செய்கிறான். திடுமெனத் தலைசுற்றி மயக்கம் வந்தவனாகக் கதவைப் பிடிக்கிறான். நின்ற நிலையிலேயே சட்டெனக் கீழே விழுகிறான். பாதி உடல் வாசலுக்கு வெளிப்பக்கமும், பாதி உடல் வாசலுக்கு உள்பக்கமும் கிடக்கக் கீழே விழுந்த நிலையில் உறங்கிவிடுகிறான்.

எதுவும் புரியாமல் பார்க்கிறாள் ராணி. மெதுவாகப் புருஷனின் அருகில் வருகிறாள். ஆழ்ந்த தூக்கத்தில் இருக்கிறான். அவள் அவனை அசைத்துப் பார்த்து எழுப்ப முயன்று தோற்ற பிறகு, இழுத்து உள்ளே கிடத்த எண்ணுகிறாள். அதுவும் முடியவில்லை. பயந்து அழ ஆரம்பிக்கிறாள். உள்ளே ஓடிச் சென்று ஒரு செம்பில் தண்ணீர் எடுத்து வருகிறாள். அவன் முகத்தில் தெளிக்கிறாள். மெதுவாகப் புரண்டு எழுந்து அவன் நிற்கிறான். அவளைப் பார்த்து வீட்டுக்குள் தள்ளுகிறான். எழுந்து வெளியே சென்று கதவைச் சாத்தி வெளிப் பக்கத்தில் இருந்து பூட்டிக்கொள்கிறான். புறப்பட்டுச் செல்கிறான்.

அதிர்ச்சியோடு அவனைப் பார்க்கிறாள் ராணி. சோர்வோடு வழக்கமாய் உட்காரும் தன் மூலைக்குச் சென்று உட்கார்கிறாள். மேடையில் மெல்ல இருள் பரவுகிறது.)

(...கோட்டைக்குள் அவளை மறைத்துவைத்து விட்டு ராட்சசன் போய்விடுகிறான். அதற்கப்புறம் தொடர்ச்சியாய் ஏழு நாட்கள் மழை பொழிகிறது. பெருமழை சமுத்திரத்தின் நீர் மட்டம் உயர்ந்து கோட்டை வாசலைத் தொடுகிறது. கோட்டைச் சுவர்களைச் சரிய வைக்கின்றது. அப்போது ஒரு பெரிய திமிங்கலம் வந்து "வா ராணி, வா" என்று ராணியை அழைக்கிறது...)

(ராணி உறங்குகிறாள். நடு இரவு. குருடவ்வாவைச் சுமந்து கொண்டு கருப்பண்ணன் வருகிறான். இருளில் மரத்தின் வேர் தடுக்கி இருவரும் தொப்பென்று கீழே விழுகின்றனர்.)

குருடவ்வா : கண்ணிருந்தா இதான் கஷ்டம். இருட்டுல எதுவும் தெரியாது. அதுக்காகத்தான் ராத்திரிலியாவது நான் தனியா போய்ட்டு வரன்னு நூறுதரம் திருப்பித் திருப்பிச் சொன்னேன்.

கருப்பண்ணன் : போம்மா போ. கூட வந்தாலும் அவன் வீட்டு வாசலுக்கு நான் வரமாட்டேன். என்ன வேலை நீ செய்யற, தெரியுதா? இந்த நேரத்துல அவன் வீட்டுல இருந்தான்னா, நடுராத்திரில வீட்டச் சுத்திச் சுத்தி நீ நடக்கறதப் பாத்துட்டுச் சும்மா இருப்பானா?

குருடவ்வா : போதும் போதும் சும்மா இரு. அந்தப் பூட்டு இன்னும் அங்கேயே இருக்குதா, இல்ல எடுத்தாச்சான்னு மட்டும் பாத்துச் சொல்லு. அதுதான் உன்வேலை. பூட்டு இல்லன்னா அவன் வீட்டுல இருக்கறான்னு அர்த்தம். அப்படின்னா நாம ஜெயிச்சிட்டோம்ன்னு அர்த்தம். இப்படியே திரும்பிப் போயிடலாம். இங்கேயே இரு நீ. இதோ வந்துட்டேன்.

(போய்க் கதவைத் தொடுகிறாள். நுனிக்காலில் நின்று கையால் அங்கும் இங்கும் துழாவுகின்றாள். கைக்குப் பூட்டு தென்படுகிறது. ஆச்சரியத்துடன்.)

அட சிவனே பூட்டு!

(யோசித்து)

நாக மண்டலம்

பௌர்ணமி ராத்திரின்னு பெண்டாட்டிய தோட்டத்துப் பக்கம் எங்கேயாச்சும் அழைச்சிட்டுப் போயிருக்கானா?

ராணி : *(விழிப்புற்று)* யார் அது?

குருடவ்வா : ஆங்... உள்ளேதான் இருக்கறியா?

ராணி : *(ஓடி வந்து)* குருடவ்வா!

குருடவ்வா : என்னாச்சுடி பொண்ணே? இன்னும் இந்தக் கதவுல பூட்டுக்கு என்ன வேலை?

(ராணியிடம் இருந்து எந்தப் பதிலும் இல்லை)

அந்த வேரை அரைச்சிக் கொடுத்தியா, இல்லையா?

ராணி : ம்

குருடவ்வா : அப்புறம்?

ராணி : ஒன்னும் ஆவல. கொஞ்சநேரம் மயக்கமா கெடந்தாரு. அப்பறம் எழுந்து வெளியே போய்ட்டாரு.

குருடவ்வா : *(யோசித்து)* ஓஹோ... அப்படின்னா இது சாதாரண விஷயமில்ல. அந்தத் தாசியும் ஏதோ வசியம் செஞ்சிருக்கான்னு நெனைக்கறேன்.

ராணி : யாரு?

குருடவ்வா : *(நாக்கைக் கடித்து)* ஐயோ... உன்னிடம் சொல்ல வேணாம்ன்னு நெனைச்சிருந்தேன். இந்த ஊரில ஒருத்தி இருக்கிறா – மாயக்காரி. அவள்தான் புடிச்சி வச்சிருக்காள் உன் புருஷனை. அவளும் ஏதோ மந்திரம், வசியம் செஞ்சிருக்காள்ன்னு நெனைக்கறேன். இப்ப இதுக்கு ஒரே வழிதான்.

ராணி : என்ன ?

குருடவ்வா : *(வாழை இலை மடிப்பில் இருந்த வேர்த்துண்டை எடுத்துக் கொடுத்து)* இந்தப் பெரிய வேரை அரைச்சிச் சாறாக்கிக் கொடுத்துப் பாரு.

ராணி : ஐயையோ . . . என்னால முடியாது.

குருடவ்வா : முடியாதுன்னு சொல்லாதே.

ராணி : அந்தச் சின்ன வேரை அரைச்சிக் கொடுத்ததுக்கே மயக்கம் வந்துடுச்சி. இதக் கொடுத்தா இன்னும் என் னென்ன ஆகுமோ ?

குருடவ்வா : எல்லாம் நல்லதே நடக்கும். நான் சும்மா ஏதோ பொய் சொல்றேன்னு நெனைக்காதே. நான் அனுபவிச்சிப் பாத்ததத்தான் சொல்றேன்.

(ராணி வேரை வாங்கிக்கொள்கிறாள்.)

நான் கௌம்பறேன். சொன்னதெல்லாம் ஞாபகம் இருக்கட்டும். பயப்படாதே, கொழம்புல சாந்தை நல்லா கரைச்சிரு. உன் புருஷன் ஒரே ஒரு வாய் சாப்ட்டுட்டா போதும். என்ன நடக்கப் போவுதுன்னு பாத்துட்டே இரு. சும்மா நீ குருடவ்வான்னு பேர் சொன்னா போதும். உன்னைத் தூக்கிட்டே என் வீட்டுக்கு ஓடி வந்துருவான்.

(ராணி வெட்கத்துடன் சிரித்தபடிச் சமையல் அறைக்குள் ஓடுகிறாள். ஒரு கல்லில் வேரைத் தேய்க்க ஆரம்பிக்கிறாள். மரத்தடியில் குறட்டைவிட்டுத் தூங்கிக்கொண்டிருந்த கருப்பண்ணனை எழுப்புகிறாள் குருடவ்வா. சட்டென அவன்

எழுந்து அவளைத் தூக்கிக்கொண்டு வீட்டுக்குச் செல்கிறான். விடிகிறது.)

(அப்பண்ணன் வருகிறான். கூடவே கழுத்தில் கயிறு கட்டி ஒரு காட்டு நாயை அழைத்து வருகிறான். அதைப் பின்கட்டுக்கு அழைத்துச்சென்று கட்டிவிட்டு மீண்டும் முன் வாசலுக்கு வருகிறான். பூட்டைத் திறந்து கதவைத் திறக்கிறான். நாய் குரைக்கிறது. அதைக் கேட்டு ராணி பின்கட்டு ஜன்னலைத் திறந்து, அதன் வழியே வெளியே பார்க்கிறாள்.)

ராணி : நாய்..?

அப்பண்ணன் : ஆமாம். அந்தக் கிழவியும் அவள் புள்ளையும் இனிமே இந்தப் பக்கம் வந்து பாக்கட்டும். அப்புறம் தெரியும் அவுங்க கதி.

(குளிப்பதற்காகக் குளியலறைக்குச் செல்கிறான். குழம்புப் பாத்திரத்தை அடுப்பில் இருந்து இறக்குகிறாள் ராணி. மூடியைத் திறந்து பார்க்கிறாள்.)

ராணி : ஐயோ, எனக்குப் பயமா இருக்குதே. இப்ப நான் என்ன செய்யறது? *(கதையிடம்)* வேர அரைத்த சாந்த குழம்புல கலக்கட்டுமா?

கதை : ம்

(வேரை அரைத்த சாந்தை வைத்திருந்த பாத்திரத்தை எடுத்து வந்து கடவுளை வணங்கி, குழம்போடு கலக்கிறாள். இரண்டும் கலக்கும்போது சின்னதாக வெடியோசை கேட்கிறது. பயந்துபோன ராணி சமையல் அறையின் மூலைக்குச் சென்று உடம்பை மூடிக்கொள்கிறாள். வெடியோசையுடன்

பாத்திரத்தில் இருந்த குழம்பு ரத்த வண்ணத்தில் மாறிக் கொதிக்க ஆரம்பிக்கிறது. பாத்திரத்துக்கு வெளியே பொங்கி வழிய ஆரம்பிக்கிறது.

புகை பரவி அறையை நிறைக்கிறது. ராணி கண்களை இறுக்கமாக மூடிக்கொள்கிறாள்.

அப்பண்ணன் குளிக்கிறான். அடுப்படியில் எழுந்த வெடியோசை எதுவும் அவனுக்குக் கேட்கவில்லை.

ராணி மெதுவாக எழுந்து வருகிறாள். குழம்பிருந்த பாத்திரத்தைப் பார்க்கிறாள். பாத்திரத்தில் ரத்தத்தை ஊற்றியது போல ஒரே சிவப்பு நிறம்.)

ராணி : இது என்ன? ரத்தம், விஷப்புகை. இதைப்போய் என் புருஷனுக்கு ஊற்றவா? அந்தக் குருடவ்வாவுக்குத்தான் கண் தெரியவில்லை. ஆனால் இவருக்குக் கண் இருக்கிறதே. இந்த ரத்த வர்ணமும் தெரியாம போயிடுமா? ஒருவேளை சாமியார் சொன்னமாதிரி இவருக்கு எதுவும் தெரியாம போனாலும் கூட ஏதாச்சும் ஆகக் கூடாதது ஆயிடுச்சின்னா என்ன செய்யறது? அடுத்து நம்ம கதி என்னாவும்? அந்தச் சின்ன வேரை அரைச்சிக் கொடுத்ததுக்கே தலை சுத்தி மயக்கம் வந்துடுச்சே. இன்னம் இதக் கொடுத்தா இதுக்கு...

(கன்னத்தில் போட்டுக்கொள்கிறாள்)

ஐயோ கடவுளே... வேணாம் வேணாம்... பெரிய தப்புச் செஞ்சிட்டேன். ரொம்பப் பெரிய பாவம். அப்பா, அம்மா, உங்க வயித்தில பிறந்து எவ்வளவு பெரிய பாவம் செய்யக் கௌம்பிட்டேன். வேணாம். இவருக்குத் தெரியறதுக்கு

முன்னாலயே இத எடுத்துப்போய் எங்கயாவது தூரமா ஊத்திடணும்.

(பாத்திரத்தோடு வெளியே வருகிறாள். குளியலறைப் பக்கம் போகலாம் என்றால் அங்கே புருஷன் இருக்கிறான். வீட்டுக்கு வெளியே வருகிறாள். அங்கே முற்றத்தின் ஒரு மூலையில் ஊற்ற ஆரம்பிக்கிறாள்.)

தூ ... தரித்திரம். கண்ணுல அடிக்குது சிவப்பு. வீட்டு வாசல்ல கொட்டுனா இது அவர் கண்ணுல விழாம போயிடுமா? என்ன செய்யறது? அவருக்குத் தெரியாதபடி எங்க ஊத்தறது?

கதை : ராணி... அங்க பார் ... பாம்புப் புத்து.

ராணி : அட, ஆமாம்.

(கதை விரல் சுட்டிக்காட்டிய புற்றுக்குச் செல்கிறாள். பாத்திரத்தில் இருந்த குழம்பையெல்லாம் அதில் ஊற்றுகிறாள். பின்கட்டில் இருந்து நாய் குரைக்க ஆரம்பிக்கிறது.)

அப்பண்ணன் : ராணி, அந்த நாய் எதுக்குக் கொரைக்குது பாரு...

(பதில் இல்லாததால் மீண்டும்)

ராணி ... ராணி ...

(உடம்பைத் துவட்டிக்கொண்டபடிக் குளியலறையிலிருந்து வெளியே வருகிறான் அப்பண்ணன். அவளைக் காணவில்லை. சமையல் அறைக்குச் செல்கிறான். அங்கும் அவள் இல்லை. அதிர்ச்சியோடு வீட்டு வாசலுக்கு வருகிறான்.

இதற்குள் குழம்பைப் புற்றுக்குள் ஊற்றி முடித்துவிட்டு வீட்டை நோக்கி ஓடி வருகிறாள் ராணி. அவள் புற்றைவிட்டுப்

புறப்படவும் புற்றிலிருந்து ஒரு நாகப்பாம்பு வெளியே வரவும் சரியாக இருக்கிறது. சூடான குழம்பு மேலே ஊற்றப்பட்டதால் உடல் சூட்டைப் பொறுக்க முடியாததுபோல அங்குமிங்கும் பார்க்கிறது. ராணியைப் பார்த்து ஆச்சரியப்படுகிறது. பிறகு, அவளையே பின்தொடர்ந்து செல்கிறது. அவள் வீட்டு வாசலை நெருங்கும்போது ஒரு மரத்தின் பின்னால் படம் எடுத்தபடி அவளையே பார்த்துக்கொண்டிருக்கிறது பாம்பு.)

அப்பண்ணன் : *(உணர்ச்சியற்ற குரலில்)* ராணி, எங்கே போயிருந்தே?

(பதில் இல்லை)

எங்கே போயிருந்தே?

(அவன் சற்றே நகர்ந்து வழிவிட்டதால், ராணி வீட்டுக்குள் செல்ல முன்வருகிறாள். சட்டென அப்பண்ணன் அவள் கன்னத்தில் அறைகிறான். அடி தாளாமல் அவள் கீழே விழுகிறாள். அடுத்தபடி அவள் இருக்கும் திசையை அவன் பார்க்கவே இல்லை. கதவை இழுத்துச் சாத்துகிறான். அவனது எந்தச் செய்கையிலும் கோபம் இல்லை. ஓர் ஆர்வமற்ற முறை மட்டும் இருக்கிறது. பின்கட்டுக்குச் சென்று அங்கே கட்டப்பட்டிருந்த நாயை அவிழ்த்து வந்து வாசலுக்கு எதிரே கட்டுகிறான். பிறகு புறப்பட்டுச் செல்கிறான்.

மரத்தின் பின்னால் பாம்பைப் பார்த்ததும் நாய் குரைக்கத் தொடங்குகிறது.

அடிபட்டு விழுந்த இடத்தில் அழுதுகொண்டிருந்த ராணி, அவ்விடத்தை விட்டகன்று தான் வழக்கமாய்த் துயிலும் மூலைக்குச் சென்று படுக்கையில் விழுகிறாள்.

இரவாகிறது.

மரத்தின் பின்னால் இருந்த இடத்திலேயே இருக்கிறது பாம்பு.

நாய் குரைத்தபடியே இருக்கிறது.

முழுக்கவும் இருட்டான பிறகு வீட்டை நோக்கி வருகிறது பாம்பு. நாய் குரைக்கும் சத்தம் இன்னும் அதிகரிக்கிறது. சத்தத்தைக் கேட்டு விழித்தெழுந்த ராணி அந்தத் திசையில் பார்க்கிறாள். படுத்த இடத்தில் இருந்தபடியே நாயைப் பார்த்து 'தூ. சனியன் பிடிச்ச நாயே. சும்மா இரு' என்று திட்டுகிறாள். மீண்டும் படுத்து உறங்கத் தொடங்குகிறாள்.

குளியலறையின் தண்ணீர் வெளியேறும் பொந்துவழியாக நாகப்பாம்பு நுழைந்து வீட்டுக்குள் வருகிறது.)

கதை : அன்றைய தினம் ராத்திரி வேளையில் குளியலறையின் பொந்து வழியாகப் பாம்பு நுழைந்து ராணியின் வீட்டைச் சேர்கிறது. மனிதனாக உருவம் மாறுகிறது. மனித உருவம் என்றால் அப்பண்ணனைப் போன்ற உருவம். அவனைப் போலவே ஆடை அணிகலன். இந்தப் போலி அப்பண்ணனை நமது வசதிக்காக 'நாகப்பன்' என்று அழைக்கலாம்.

நாகப்பன் ராணியைத் தேடி வீடெங்கும் அலைகிறான். அவள் உறங்கும் மூலையைக் கண்டுபிடித்து வருகிறான். அவளையே பார்த்தபடி அங்கேயே நிற்கிறான். கொஞ்சமும் அசைவில்லாமல் அவளையே வைத்த கண் வாங்காமல் உற்றுப் பார்க்கிறான்.

(நாய் தொடர்ந்து குரைத்துக்கொண்டே இருக்கிறது.)

இரண்டு

(முதலாம் பகுதி முடிந்த இடத்தில் இந்த இரண்டாம் பகுதி தொடங்குகிறது.

இரவு வேளை. ராணி உறங்குகிறாள். அவளை உற்றுப் பார்த்தபடி நாகப்பன் நின்று கொண்டிருக்கிறான். வெளியே நாய் குரைத்தபடி இருக்கிறது.

மெல்ல நாகப்பன் முன்னேறிப் படுக்கையின் அருகில் உட்கார்கிறான். மெல்ல அவள் கழுத்தை வருடுகிறான். அவன் தொட்டதும் சட்டென விழிப்புற்று எழுந்த ராணி அலறுகிறாள். அருகிலிருப்பவன் தன் கணவனே என்று அடையாளம் தெரிந்த பிறகு அவளது அதிர்ச்சி மெல்ல அடங்குகிறது.)

ராணி : நீங்க..! நீங்க..!

நாகப்பன் : ஏன் எழுந்திட்ட..? உக்காரு.

ராணி : நீங்க... எப்ப வந்தீங்க? சாப்பாடு எடுத்து வைக்கட்டுமா?

நாகப்பன் : *(சிரித்தபடி)* சாப்பாடா? இந்த நடுராத்திரிலியா?

ராணி : ம்... இல்ல... வேற ஏதாச்சிம் வேணுமா?

(எதுவும் புரியாமல் எழுந்து சுவர் அருகில் சென்று நிற்கிறாள்.)

நாகப்பன் : ஏன் இப்படி நடுங்கறே? என்னப் பாத்தா அவ்வளவு பயமா இருக்குதா?

(அவள் இல்லை என்று தலையசைக்கிறாள்)

அப்படின்னா உக்காரு.

ராணி : வேணாம்.

நாகப்பன் : கொஞ்சம் தள்ளிப் போயி நான் உக்கார்றன். நீ இங்க வந்து உக்காரு. சரியா?

(சொன்னபடியே சிறிது தொலைவு சென்று தரையில் உட்கார்கிறான்.)

இப்ப?

(அவள் உட்கார்ந்து சுவர்ப்பக்கம் தலையைத் திருப்பிக் கொள்கிறாள். இறுக்கமான மௌனம். அவளுக்குத் தூக்கக் கலக்கம். ஆயினும் விழித்திருக்க ஆனமட்டும் முயற்சி செய்கிறாள்.)

நாகப்பன் : நீ ரொம்ப அழகா இருக்கே.

ராணி : *(பதறி)* ம்? என்ன? என்ன வேணும்?

நாகப்பன் : ஒண்ணுமில்ல. நீ ரொம்ப அழகா இருக்கேன்னு சொன்னேன் *(சிறிது நேரத்துக்குப்பின்)* பாவம்.

ராணி : பாவம்!

நாகப்பன் : உன்ன மாதிரி ஒரு அழகான பொண்ணுக்கு ஒரு மோசமான புருஷன்தான் அமையணுமின்னா...

ராணி : இல்ல, நான் எதுவும் சொல்லல...

நாகப்பன் : நீ எதுவும் சொல்லல. நான்தான் சொன்னேன். இன்னைக்குக் காலையில்... அடிச்சது... ரொம்ப வலிச்சதா...

ராணி : ம்ஹூம்.

நாகப்பன் : நாள் முழுக்க ஒருத்தியா இருக்கற. பாவம். அம்மா அப்பா ஞாபகம் வரும் இல்லயா?

(அவளுக்கு அழுகை பொங்கி வந்தும், அழுகையை நிறுத்த ரொம்பவும் முயற்சி செய்கிறாள்.)

ரொம்பச் செல்லம் கொடுத்து உன்ன வளர்த்திருப்பாங்க இல்ல?

(குழந்தையைப்போல அவள் ஓவென்று அழுகிறாள். அவன் பதறுகிறான்.)

நாகப்பன் : ஏய்... என்னாச்சு?

(அவள் எதுவும் பதில் சொல்லாமல் அழுகிறாள்)

தெரியுது. தெரியுது. அவுங்களயெல்லாம் பாக்கணும்ன்னு ஆசையா இருக்குதா? சொல்லு. உங்க அம்மா வீட்டுக்கு அனுப்ப நான் ஏற்பாடு செய்யறேன்.

(அழுவதை நிறுத்திவிட்டு ஆச்சரியத்துடன் அவனையே பார்க்கிறாள் அவள்.)

நாகப்பன் : ஆமாம். நெஜமா. இப்ப கொஞ்சம் சிரி பார்ப்போம். சிரி சிரிச்சாத்தான் உன்ன அனுப்புவேன்.

(ராணி சிரிக்க முயற்சி செய்கிறாள். மீண்டும் மீண்டும் நாய் குரைக்கத் தொடங்குகிறது.)

த்ச் இந்த நாய் தினசரி இப்படிக் காது செவிடாகிற மாதிரி குரைச்சிட்டே இருந்தா எப்படி நீ தூங்குவே?

ராணி : ஆனால்...

நாகப்பன் : *(அவளை மீண்டும் பேச்சுக்கு இழுப்பது போல)* சீ. என்ன மாதிரி கத்துது இந்த நாய்? ஒரு நாளாவது நீ சரியா தூங்கறியா?

ராணி : ஆனால்...

நாகப்பன் : 'ஆனால் ஆனால்'ன்னு என்ன இழுக்கற சொல்லு.

ராணி : ஆனால் நீங்கதான இன்னிக்குக் காலையில இந்த நாய இழுத்தாந்தீங்க? இவ்வளவு நாள் இந்த மாதிரி எந்தக் கஷ்டமும் இல்ல.

நாகப்பன் : *(தன் அறியாமையை மறைத்தவனாக)* ஆனால்... உனக்கு... சும்மா... கஷ்டம்...

ராணி : இத்தன நாள்... பாத்திரமெல்லாம் கழுவி முடிச்ச பிறகு... அப்புறமா என்ன வேலை இருக்குது..? பகல் முழுக்கத் தூக்கம்தான். அதனால ராத்திரியில தூக்கமே இல்ல. இன்னிக்கு அந்தப் பாழாய்ப்போன நாய் வந்ததி லேர்ந்து ஒரேயடியாய்க் கொரைச்சிது. அதனாலதான் நீங்க வந்தபோது கொஞ்சம் கண்ணசந்துட்டேன்.

நாகப்பன் : *(கொஞ்சம் கோபத்துடன்)* சீ. சீ. இனிமேல அதெல்லாம் நடக்காது. நாளையிலேர்ந்து நான் வரும்போது நீ சிரிச்சபடி என்ன வரவேற்கணும், தெரியுதா?

(வெட்கத்துடன் ராணி சிரிக்கிறாள். மௌனம். அவள் கண்களில் தூக்கம் நிறைந்திருக்கிறது.)

உன் பக்கத்தில் வந்து உட்காரட்டுமா?

வந்தா எழுந்து ஓடிடமாட்டியே?

(ராணி இல்லை என்று மறுப்பவளாகத் தலையை அசைக்கிறாள். அவளை நெருங்கி நாகப்பன் வந்து உட்கார்கிறான். மெல்ல அவள் தோளைச் சுற்றிக் கையைப் படரவிடுகிறான்.)

ஒன்னும் பயப்படாதே. இவ்வளவு பயப்படறதுக்கு நான் என்ன பருந்தா, கீரியா? என் தோள்மேல தலைய சாய்ச்சிக்கோ. ம்.

(அவள் பயந்தபடி அவன் தோளில் தலையைச் சாய்க்கிறாள். அவளது பயம் அகலும்வரை அமைதியாய் இருந்து...)

ம். அப்படித்தான். உங்க அம்மா அப்பா பத்தி இப்ப நீ சொல்லு. அவுங்க என்னென்ன பேசுவாங்க. என்னென்ன கதைகளைச் சொல்வாங்க. உன்ன என்னென்ன சொல்லிக் கூப்புடுவாங்க. எப்படியெல்லாம் செல்லமா கொஞ்சு வாங்க... சொல்லு.

(அவளிடமிருந்து எந்தப் பதிலும் இல்லை. அவன்மேல் சாய்ந்தபடி அவள் உறங்குகிறாள். நாகப்பன் அவளது கூந்தலை மெல்ல அவிழ்க்கிறான்.

அவளது நீளக் கூந்தல் அவர்கள் இருவரின் மேலும் விரிந்து படர்கிறது. அக்கூந்தலை எடுத்து அவன் நுகர்கிறான்...)

எவ்வளவு அழகா இருக்குது கூந்தல்!

நாக குமாரிகள் மாதிரி.

(அப்படியே உட்கார்ந்திருக்கிறான். அதிகாலை. அவளை மெல்லப் படுக்கையில் தூக்கிக் கிடத்தி, நெற்றியில் முத்தம் தந்துவிட்டுப் புறப்படுகிறான் நாகப்பன். மீண்டும் பாம்பாக உருவம் மாறிக் குளியலறைப் பொந்து வழியாகத் தன் புற்றுக்குச் செல்கிறான். விடிகிறது. விழித்தெழுந்த ராணி அங்குமிங்கும் பார்க்கிறாள். புருஷனைக் காணோம். குளியலறைக்குச் சென்று முகம் கழுவிக்கொண்டு வீடு முழுக்கவும் புருஷனைத் தேடுகிறாள். வாசலை நோக்கி ஓடிவந்து பார்க்கிறாள். கதவு மூடப்பட்டிருக்கிறது. தள்ளிப் பார்க்கிறாள். வெளியில் இருந்து பூட்டப் பட்டிருப்பது புரிகிறது. எதுவும் புரியாமல் சமையல் அறைக்குச் சென்று சமைக்கத் தொடங்குகிறாள்.

அப்பண்ணன் வருகிறான். நாய் குரைக்கிறது. செல்லத்துடன் அதன் தலையைத் தடவிக் கொடுத்துக் கொஞ்சுகிறான். பிறகு கதவைத் திறந்துகொண்டு உள்ளே வருகிறான். ராணி வெளியே ஓடி வருகிறாள்.)

ராணி : *(சிரித்தபடி)* நீங்க எப்ப கெளம்பிப் போனீங்க?

அப்பண்ணன் : *(கோபத்துடன்)* என்ன?

ராணி : *(பயந்து மெதுவான குரலில்)* ஒண்ணுமில்ல.

அப்பண்ணன் : குளிச்சிட்டு வரன். சாப்பாடு போட்டு வை.

(குளியலறைக்குப் புறப்படுகிறான். அவனையே பார்த்தபடி அவள் சமையல் அறைக்குச் செல்கிறாள். தலையைச் சொறிந்து கொள்கிறாள்.)

ராணி : நான் ஏதாச்சிம் கனவுதான் கண்டிருக்கணும்.

(குளித்து முடித்துச் சாப்பிட உட்கார்கிறான் அப்பண்ணன். எதுவும் பேசாமல் சாப்பிட்டு முடிக்கிறான். வெளியே சென்று கதவைப் பூட்டிக்கொண்டு புறப்படுகிறான். ராணி தன் மூலைக்குச் சென்று உட்கார்கிறாள். உட்கார்ந்த இடத்திலேயே தூங்குகிறாள்.

இரவாகிறது. திடுமென வீட்டுக்கு எதிரே இருக்கிற இருட்டுப் பகுதியில் நாய் பலமாக ஊளையிடுகிறது. பிறகு இன்னொரு விலங்குடன் சண்டை இடுவதுபோலச் சத்தம். நடுவில் பாம்பு சீறும் சத்தம். இறுதியில் உச்ச ஸ்தாயியில் நாய் ஊளையிட்டு அடங்குகிறது.

முன் வாசலுக்கு ஓடிவந்து பார்க்கிறாள் ராணி. இருளில் ஏதும் தெரியாமல் "ஏ... என்னது..." என்று என்னென்னமோ சொல்லிக் கூவுகிறாள். மீண்டும் தன் மூலைக்குச் சென்று படுக்கிறாள். அதற்கிடையில் குளியலறைப் பொந்து வழியாக நுழைந்து, பாம்பு வீட்டுக்குள் வருகிறது. உருவம் மாறி நாகப்பனாகிறது. தோளிலும் கழுத்திலும் புண்ணாகி வழியும் ரத்தத்தைத் தண்ணீரால் கழுவிச் சுத்தம் செய்கிறான். அவள் உறங்கும் மூலைக்கும் வருகிறான். அவன் காலடி ஓசையைக் கேட்டு, போர்வையைத் தலைக்கு மேலே இழுத்துப் போர்த்திக்கொண்டு படுக்கிறாள்.

சிரித்தபடி அவள் படுக்கையின் அருகே உட்கார்கிறான் நாகப்பன். சிறிது நேரத்துக்குப் பிறகு ராணி முகத்தை மூடிக்

கொண்டிருக்கும் போர்வையை விலக்கிப் பார்க்கிறாள். நாகப்பனைக் கண்டு கண்ணை மூடிக்கொள்கிறாள்.)

நாகப்பன் : ஏய்! என்ன இது சின்ன புள்ளையாட்டம்?

(கண் திறக்காமல் ராணி தன் கை விரல்களைக் கடித்துக் கொள்கிறாள். அந்த வலியில் ஐயோ என்று அலறுகிறாள்.)

என்ன செய்யற ராணி?

ராணி : *(விரல்களை உதறியபடி எழுந்து உட்கார்ந்து தனக்குள் ளாக)* எனக்குப் பைத்தியம்தான் பிடிச்சிருக்கணும்.

நாகப்பன் : எதுக்கு?

ராணி : *(தனக்கே சொல்லிக்கொள்பவள்போல)* இவரு நேற்று ராத்திரி வந்தது . . . பேசனது . . . அதெல்லாம் கனவா இருக்கணும்னு நெனச்சிருந்தேன். இப்ப அது கனவு இல்லன்னு புரியுது! அப்படின்னா இது பிரமையாதான் இருக்கணும். வீட்டுல ஒருத்தியா இருந்து இருந்து என் தலையைச் செல்லரிச்சிடுச்சி.

(மௌனம்)

நாகப்பன் : கனவும் இல்ல பிரமையும் இல்ல. உண்மையாவே நான் வந்திருக்கேன். உன் எதிரிலேயே உக்காந்திருக்கேன். வேணும்ன்னா தொட்டுப் பாரு.

(அவள் தொடுவதில்லை)

தொடமாட்டியா? அப்படின்னா ஏதாச்சிம் பேசு. அதுவும் முடியாதா? சரி. அப்படின்னா நான் கௌம்பறன்.

ராணி : வேணாம்.

நாகப்பன் : இப்படிச் சும்மா வாய மூடிட்டுச் சும்மா உக்காந்திருந்தா என்ன பிரயோஜனம்?

ராணி : நான்... என்ன பேசட்டும்?

நாகப்பன் : எதயாவது பேசு. உன்னப்பத்தி பேசு. உன் அம்மா வீட்டப் பத்திப் பேசு. உங்க அம்மா அப்பாவ பத்திப் பேசு. மனசுல என்ன தோணுதோ அதப் பேசு. நான் இங்க இருக்கணும்னா எதுக்காக இருக்கணும்னு சொல்லு. போகணும்ன்னு தோனினா, எதுக்காகப் போகணும்னு சொல்லு.

ராணி : *(பதறி)* இதான் . . . நீங்க இந்த மாதிரி விளையாட்டுக்குப் பேசினா, நான் என்ன பதில் சொல்லறது?

நாகப்பன் : விளையாட்டுக்கா?

ராணி : *(தயங்கி)* ராத்திரில வரும்போது... ரொம்ப அழகா பேசறீங்க. பகல்ல மட்டும் நான் வாயத் தெறந்தா போதும்... புஸ்புஸ்ன்னு ஒரே சீறலா சீறறீங்க.

(அவன் சிரிக்கிறான்)

உங்களுக்குச் சிரிப்பு வருது. எனக்கு அழணும்ன்னு தோணுது.

நாகப்பன் : அப்படின்னா, பகல்ல வருவதை நிறுத்தட்டுமா, ராத்திரில வருவதை நிறுத்தட்டுமா, நீயே சொல்லு.

ராணி : நான் யார் சொல்றதுக்கு? இது உங்க வீடு உங்க மனசு.

நாகப்பன் : ம்ஹூம். பகல்ல புருஷன் மனசுப்படி ராத்திரில பெண்டாட்டி மனசுப்படின்னு வச்சிக்கலாம். நீ வேணாம்னா, ராத்திரியில நான் வரல.

ராணி : *(கண்ணீர் விட்டபடி)* எதுக்காக என்ன இப்படிப் பாடாப் படுத்தறீங்க? ஒருத்தியா இருந்து இருந்து எனக்குப் போதும் போதும்ன்னாய்டுச்சி. இன்னிக்கு ராத்திரி வருவீங்களோ, மாட்டிங்களோன்னு மனசு துடிச்சிட்டிருந்தது. நேத்து நீங்க வந்தது கனவா இருந்தா... இப்ப நீங்க வரலைன்னா... அழுது அழுது நான் செத்தே போயிருப்பேன். இது கடவுள் மேல சத்தியம். ஆனால் வந்தவுடனே இந்த மாதிரி குத்திப் பேச ஆரம்பிச்சிங்கன்னா, நான் என்ன செய்ய முடியும்?

நாகப்பன் : *(சிரிக்காமல்)* அது அப்படித்தான் ராணி. பகல்லே அப்படி. ராத்திரியிலே இப்படி. எதுக்காகன்னு மட்டும் கேக்க வேணாம்.

ராணி : சரி கேக்கலை.

நாகப்பன் : வா. நேத்து ராத்திரி என் மார்மேல தலைவச்சிக் குழந்தை மாதிரி படுத்திட்டிருந்தியே. அதுபோல வந்து படுத்துக்கோ, வா.

ராணி : *(வெட்கத்துடன் அவன் தோளில் சரிந்து, திடுமெனப் பதறி)* ஐயோ! என்னங்க இது?

நாகப்பன் : என்ன?

ராணி : உங்க கன்னத்துல ரத்தம் வருது. தோள்பட்டையிலும் ரத்தமா இருக்குது! ஏதோ பல் பதிஞ்சமாதிரி இருக்குது! வரும்போது ஏதாவது வேலிமேல தடுக்கி விழுந்துட்டீங்களா?

நாகப்பன் : அதெல்லாம் ஒண்ணுமில்ல.

ராணி : இருங்க. மருந்து வைக்கிறேன். அம்மா ஒரு டப்பி கொடுத்தாங்க. எங்க வைச்சேன் அதை? அன்னைக்கி

வெங்காயம் அரியும்போது கைல காயம் ஆய்டுச்சி. அதுக்காக எடுத்தேன். அப்புறம் எங்கே வச்சேன் ... ம்... அந்தக் கண்ணாடிப் பெட்டியில வச்சேன் – அங்கதான் இருக்கணும்.

(பேசிக்கொண்டே ஓடோடிச் சென்று கண்ணாடிப் பெட்டியைத் திறக்கிறாள். கண்ணாடியில் தன் பிம்பம் தெரிந்து விடக் கூடாது என எச்சரிக்கையுடன் நகரும் முன்பு அவள் அவன் பக்கம் பார்க்கிறாள். சட்டெனப் பதறுகிறாள். காற்று வேகத்தில் அவன் அவளைக் கண்ணாடியின் பக்கத்தில் இருந்து தொலைவாக இழுத்துத் தன் தோள்களில் சாய்த்துக்கொள்கிறான். அவள் உடல் நடுங்குகிறது)

நாகப்பன் : என்னாச்சி? என்னாச்சு ராணி?

(அவளுக்குத் தெரியாமல் கண்ணாடிப் பெட்டியை மூடித் தொலைவில் நகர்த்துகிறான். அவள் மெல்லத் தலையுயர்த்தி அவன் முதலில் உட்கார்ந்த இடத்தில் பார்க்கிறாள்.)

என்னாச்சு?

ராணி : ஒண்ணுமில்ல. கண்ணாடியில பார்த்தப்போ நீங்க உக்காந்திருந்த இடத்துல ஒரு...

(கையால் படம் விரிவதுபோலப் பாவித்து)

உக்காந்திருந்த மாதிரி தெரிஞ்சிது!

நாகப்பன் : என்ன, நாகப்பாம்பா?

ராணி : *(அவன் வாயை மூடி)* த்ச்த்ச். பேர் சொல்லக்கூடாது. ராத்திரியிலே பேர் சொல்லிக் கூப்பிட்டா வீட்டுக்கு ஆகாதுன்னு சொல்வாங்க.

நாகப்பன் : நாகப்பாம்பு வீட்டுக்குள்ள வந்தா...

ராணி : ஐயோ... விட்டன்னு சொல்லுங்க... எதுக்காக மறுபடியும் மறுபடியும் நெனைக்கக் கூடாதத நெனைக்கறீங்க..?

நாகப்பன் : சரி. 'அது' வந்திச்சின்னு வை. ஆசையோடுதான் வருதுன்னு எடுத்துக்கக் கூடாதா?

ராணி : ஐயோ வேணாம் தாயே! அப்படியெல்லாம் எதுவும் நடந்திடக் கூடாது! கடவுள்தான் காப்பாத்தணும். எனக்கு நெனைச்சாலே உடம்பு நடுங்குது.

நாகப்பன் : *(சிரித்தபடி)* வா. இங்கே உக்காரு.

ராணி : ம்ஹூம்

நாகப்பன் : நான் இருக்கேன் இல்ல.

(இருவரும் ஒன்றாகப் படுக்கையின் மேல் உட்கார்கிறார்கள். அவன் முகத்தைப் பார்த்து)

ராணி : ஐயோ... என் புத்தி போற போக்க என்னன்னு சொல்லறது? உங்க காயத்துக்கு மருந்து தடவணும்னு நெனச்சது மறந்தே போச்சு.

(எழ முயற்சி செய்கிறாள். அவன் எழ விடுவதில்லை. அவள் அவன் காயத்தைத் தொட்டுப் பார்க்கிறாள். திடுமென நடுங்கியவளாக)

எவ்வளவு ஜில்லுன்னு இருக்குது உங்க ரத்தம். பகல், ராத்திரி, காத்து, மழைன்னு எந்த வித்தியாசமும் இல்லாம திரியறிங்க...

(சட்டெனக் கண் மூடியவளாக அவன் மார்பில் தழுவிக் கொள்கிறாள்.)

நாகப்பன் : இப்ப என்னாச்சு?

ராணி : அந்தக் கண்ணாடியில பாத்ததுலேர்ந்து அந்த ஞாபகமே மனசுல ஓடுது...

(நிமிர்ந்து அவன் கண்களைப் பார்த்தபடி)

எங்க அப்பா அடிக்கடி சொல்வாரு. ஏதாச்சிம் ஒரு பறவை நாகப்பாம்பு இருக்கிற திசைய பார்த்தா போதும்...

நாகப்பன் : இப்ப நீயே பேர் சொல்லிட்டே. இப்ப அது வரப்போவுது பாரு.

(கையுயர்த்திப் படம் விரிப்பதுபோலக் காட்டுகிறான்.)

ராணி : வரட்டும். நீங்க என் பக்கத்தில இருக்கும்போது எந்தப் பயமும் இல்ல.

நாகப்பன் : உங்க அப்பா என்ன சொல்வாரு?

ராணி : அப்பா சொல்வாரு. ஒரு பறவை நாகப்பாம்பு இருக்கற திசையில பாத்துட்டா போதும். அப்படியே பார்வை யால் கட்டிப்போட்ட மாதிரி நாகப்பாம்பும் பார்க்க ஆரம்பிச் சிடுமாம். பறவையால தன் பார்வையை விடுவிச்சிக்கவே முடியாதாம். நாகப்பாம்போட கண்ணிலே ஏதேதோ வர்ணங்களைப் பாத்துட்டே மரம் மாதிரி நின்னுடுமாம். அதுக்குப் பயமெல்லாம் மறந்து போயிடுமாம். கொஞ்சம் றெக்கை விரிச்ச நிலையிலேயே அப்படியே கல்லாய்டுமாம்.

(அவன் கண்ணையே பார்த்தபடி உட்கார்ந்துவிடுகிறாள். ஆழ்ந்த மௌனம்.)

நாகப்பன் : *(மெல்லிய குரலில்)* அப்ப நாகப்பாம்பு மெதுவா பறவைமேல ஒரே தாவா தாவிச் சட்டென முழுங்கிடுமாம்.

(அவளை முத்தமிடுகிறான். இருவரும் அதே கோலத்தில் அசைவற்று இருக்கிறார்கள். கதை கேட்டுக்கொண்டிருந்த சில தீபங்கள் சிரிக்கின்றன. "ஸ்", "வெளியே நாம போயிடலாமா?"

"சொன்னேன் இல்லயா. எங்க வீட்டுல இதெல்லாம் பாத்துப் பாத்துப் பழக்கம். அதெல்லாம் எங்களுக்கு வித்தியாசமா தோணாது" "ஸ். சும்மா இரு" ஆகிய குரல்கள். அப்புறம் அமைதியடைகின்றன.

ராணி எழுந்து ஒரு மூலையில் உட்கார்ந்துகொள்கிறாள். தன் இரண்டு கைகளாலும் முழங்காலைச் சுற்றிக்கொண்டு தலை புதைத்து அழுகிறாள்.)

நாகப்பன் : என்னாச்சு?

ராணி : எங்கிட்ட ஒன்னும் பேசவேணாம்.

நாகப்பன் : அழற அளவுக்கு என்னாச்சு?

ராணி : சும்மா இருங்கன்னு சொன்னேனில்ல.

(மௌனம்)

நீங்க இவ்வளவு கெட்ட ஆள்ன்னு எனக்குத் தெரியாது. தெரிஞ்சிருந்தா கல்யாணமே செஞ்சிக்கிட்டிருக்கமாட்டேன். செல்லமா நீங்க கொஞ்சிக் கொஞ்சிப் பேச ஆரம்பிச்சப்பவே எனக்குச் சந்தேகம் வந்திருக்கணும்.

(திடுமென நினைத்தவனாக)

ஐயோ ... அம்மா அப்பாவுக்கு இது தெரிஞ்சா என்ன சொல்வாங்க?

நாகப்பன் : என்ன சொல்வாங்க? நம்ம பொண்ணு அடிமேல அடிவச்சி போனாளே, ரொம்ப நல்லதா போச்சின்னு சொல்வாங்க.

ராணி : *(கோபத்துடன்)* வாய மூடுங்க. இப்பவே சொல்லி வைக்கிறன். நான் உங்க பெண்டாட்டிதான். என்கூட என்ன வேணுமின்னாலும் பேசுங்க. என்ன வேணுமின்னாலும் செய்ங்க. உங்கள தட்டிக்கேட்க ஆள் கெடையாது. ஆனா எங்க அம்மா அப்பாவ பத்தி இந்த மாதிரி அசிங்கமா பேசனா என்னால தாங்கிக்க முடியாது. சீ, இந்த நாய் ஆட்டம்...

நாகப்பன் : *(சிரித்தபடி)* அந்த நாய் என்ன புண்ணியம் செஞ்சிருக்குதுன்னு அதனோட பேர் மட்டும் சொல்றே? இது உலக நியாயம். ஈ, எறும்பு, நரி, பாம்பு, பறவை எல்லாத்துக்கும் இது சகஜம். எல்லாப் பிறவிகளிலேயும் சந்தனம் அரைச்ச மாதிரி ஒரு வாசனைக்கு அடையாளமா பொண்ணு இருக்கிறாள். அந்த வாசனைக்குப் பைத்தியமாகி ராஜநாகம் ராணிய கட்டிப் புடிக்குது. புலிராஜா பெண் புலிக்காக அலையுது. எல்லா இடத்திலயும் ஆசை பொங்கி வழியுது. ஆலம் விழுது இறங்கி முத்தம் கொடுத்தா போதும். நிலம் வெடிச்சி இடம் கொடுக்குது. அதன் வழியா இன்னொரு மரம் உருவாகுது. ஆகாயத்தில இருந்து பாதாளம்வரைக்கும் இந்த உலகத்துல ஒவ்வொரு ஜீவராசியிலயும் கலந்து பொங்குவது ஆசை ஒன்றுதான்.

எல்லா இடத்திலேயும் இருப்பது அதுதான். அதுதான். அதுதான்.

ராணி : அப்பப்பா. பகலிலே ஒரு வார்த்தை பேசணுமின்னா வயித்துப்புள்ளை நழுவற மாதிரி ஒரு கஷ்டம். ராத்திரியில மட்டும் பேச்சுப் பொங்கிப்பொங்கி வருது. பாம்பு – புழு – பூச்சி எல்லாம் எப்படி வேணுமின்னாலும் இருக்கலாம். மனிதனா பிறந்தப்புறம் கொஞ்சமாச்சிம் நாடகம் நடிக்கணுமில்லயா.

நாகப்பன் : *(அவளைத் தழுவிக்கொண்டு)* பொழுது விடியப் போவுது. நான் கௌம்பணும்.

ராணி : வேணாம், வேணாம்.

நாகப்பன் : பறவையெல்லாம் பாடுது... கேக்குதா?

ராணி : *(வெகுண்டு)* தொண்டையிலேயே அந்தப் பாட்டு சிக்கி மூச்சு முட்டி அந்தப் பறவை ஏன் சாக மாட்டுது? இந்த வாத்தியார்த்தனம் யார் கொடுத்தா இதுக்கு?

நாகப்பன் : ஸ். நாளக்கி ராத்திரி மறுபடியும் வரேன்.

ராணி : ராத்திரியா..? அப்படின்னா மத்தியானம் சாப்பாட்டுக்கு வரமாட்டீங்களா?

நாகப்பன் : *(திடுமென ஞாபகம் வந்தவனாக)* ஓ . . . அது தினசரி நடக்கற காரியம்தானே. *(கொஞ்ச நேரம் நிறுத்தி)* இங்க பாரு ராணி. இனிமே தினமும் நான் பகலிலயும் வருவேன். ராத்திரிலயும் வருவேன். ஆனா ஒரே ஒரு நிபந்தனை. ராத்திரியில நீ படுத்திருக்கிற மூலையிலேயே படுத்திருக்கணும். நான் ராத்திரியில வீட்டுக்குள்ள வரும்போதும் சரி,

வெளியே போவும்போதும் சரி, அந்த மூலையிலேருந்து வரக்கூடாது. ஜன்னல் வழியாவும் வெளியே பார்க்கக் கூடாது. ஏன், எதுக்காகன்னும் கேக்கக்கூடாது.

ராணி : ஏன், எதுக்குன்னு கேக்கலை. பன்றி, திமிங்கலம், கருடன் எதுவுமே ஏன், எதுக்குன்னு கேள்வி கேக்கற தில்லை. அதுபோல நானும் கேக்கலை. ஆனா அதெல்லாம் வேணும்ன்னு சிலத சொல்லுங்க. நானும் இன்னொரு தரம் வேணும்ன்னு சொல்லலாமில்லையா?

(சிரித்தபடி ஓடி அவனைத் தழுவிக்கொள்கிறாள். இருவரும் தழுவிய நிலையில் இருக்கிறார்கள்.

வெளியே ஆலமரத்தடியில் கருப்பண்ணன், குருடவ்வா இருவரும் வந்து சேர்கிறார்கள். வழக்கம்போல அவன் மரத் தடியில் உட்கார்கிறான். அவள் வாசலை நோக்கி நடக்கிறாள். இறந்துகிடக்கிற நாய் தடுக்கிக் கீழே விழுகிறாள். ஆச்சரியத்தோடு அதைத் தொட்டுத் தடவிப் பார்க்கிறாள். பிறகு கதவருகே சென்று பூட்டுத் தொங்குவதைத் தடவிப் பார்த்து உணர்கிறாள்...)

குருடவ்வா : *(மெல்லிய குரலில்)* கருப்பண்ணா...

கருப்பண்ணன் : ம்

குருடவ்வா : இங்க வா.

கருப்பண்ணன் : ம்ஹூம். நான் வரமாட்டேன்.

குருடவ்வா : வாடா இவனுக்கு மட்டும் ஒரு தரம் சொன்னா தலையில ஏறாதே. இங்க என்னடான்னா எல்லாமே விசித்திரமா இருக்குது. வாடா.

நாக மண்டலம்

(மனசில்லாத மனசோடு கருப்பண்ணன் வருகிறான்)

இங்க என்ன இருக்குது பார். நாய்.

கருப்பண்ணன் : ஆமாம். செத்துக் கிடக்குது.

குருடவ்வா : எங்கே இருந்து இது வந்திச்சி? அன்னிக்கு வந்தபோது இல்லயே. இன்னம் அந்தப் பூட்டு வேற தொங்குது. அது எப்படி? அந்தப் பைத்தியக்காரப் பொண்ணு வேற ஏதாச்சிம் செஞ்சி வச்சிட்டாளா? பாருடா. ஏதாவது தெரியுதான்னு பாரு.

கருப்பண்ணன் : *(பார்த்து)* ம்ஹூம்.

குருடவ்வா : உஷ்!

(இருவரும் கவனிக்கிறார்கள். இதே வேளையில் அறையிலிருந்து வெளியேறிய நாகப்பன் குளியலறைக்கு வந்து மீண்டும் பாம்பு உருவம் அடைந்து பொந்து வழியே வெளியேறுகிறான்.)

கருப்பண்ணன் : *(மெல்லிய குரலில்)* ஏதோ காலடிச் சத்தம்.

குருடவ்வா : கொலுசுச் சத்தம் கெடையாது. அப்படின்னா ஆம்பளை நடமாடற சத்தம்.

கருப்பண்ணன் : அப்பண்ணனோ! அப்படின்னா வெளியே வந்துடுவான். ஓடு. ஓடு.

குருடவ்வா : ஆனால் கதவ வெளியிலேர்ந்து பூட்டி இருக்காங்களே. எப்படி வெளியே வரமுடியும்? *(இன்னொரு புதிய யோசனை தோன்றி)* இது அப்பண்ணன் பூட்டின பூட்டா இருந்தா, உள்ள இருக்கிற ஆம்பளை யாரு?

கருப்பண்ணன் : அதுவும் சரியான கேள்விதான்.

குருடவ்வா : பாரு. பாருடா. யாருன்னு பாருடா.

கருப்பண்ணன் : இங்கே இருந்து எதுவும் தெரியலைம்மா.

குருடவ்வா : அப்படின்னா பின்பக்கம் போயி குளியலறை ஜன்னல் வழியா பாரு.

(அவன் விருப்பமின்றிப் போகின்றான். அதேவேளையில் குளியலறைக்கு வந்து நாகப்பன் மீண்டும் பாம்பாக மாறிப் பொந்து வழியாக வெளியே வர எத்தனிக்கிறான். சரியாக அதே நேரத்தில் அந்த இடத்தைக் கருப்பண்ணன் அடைகிறான்.)

கருப்பண்ணன் : ஐயையோ... பாம்பு! பாம்பு! நாகப்பாம்பு...

குருடவ்வா : எங்கேடா.

கருப்பண்ணன் : பின்னால. குளிக்கிற அறையிலேருந்து வருது.

(முன்வாசலுக்கு ஓடிவந்து அவளைத் தூக்கிக்கொண்டு ஓட முயற்சி செய்கிறான்.)

குருடவ்வா : இதுக்குப் போய் ஏன்டா ஓடற? இத்தன நேரத்துக் குள்ள அது கௌம்பிப் போயிருக்கும்டா. இறக்குடா என்ன இறக்கு.

(இந்தச் சத்தத்தில் ராணி எழுந்து உட்கார்கிறாள்)

ராணி : யாரு? யாரது? என்ன குருடவ்வா?

குருடவ்வா : இறக்குடா என்ன..! *(ராணியிடம்)* ஆமாம் பொண்ணே, நான்தான்.

(ராணி ஜன்னலோரம் ஓடி வருகிறாள். குருடவ்வா வீட்டோரம் வருகிறாள்.)

கருப்பண்ணன் : *(கூவி)* அம்மா... அது அங்கேதான் எங்கனாச்சும் சுத்திக்கிட்டிருக்கும்.

ராணி : என்னாச்சு... குருடவ்வா? என்ன சத்தம்?

குருடவ்வா : அவ்வளவு கிட்டே நான் வரமாட்டேன் பொண்ணே. இங்கிருந்தே பேசறேன். நம்ம கருப்பண்ணன் இப்பதான் அங்க ஒரு நாகப்பாம்ப பார்த்தானாம்.

ராணி : ஐயோ! இவரு ஏதாச்சிம் குளியலறைக்குப் போகாம இருந்திருக்கணுமே. என்னங்க... என்னங்க...

(குளியலறைக்கு ஓடுகிறாள். அங்கே யாரும் இல்லை என்று மனம் அமைதியடைந்தாள். சமையல் அறைக்கும் ஒரு முறை சென்று பார்த்துவிட்டு வருகிறாள்.)

குருடவ்வா : யாரைக் கூப்பிடற, ராணி?

ராணி : இவருதான்...

குருடவ்வா : அப்பண்ணனா?

ராணி : ஆமாம். இப்பதான் கிளம்பிப் போனாரு. அதனால தான் பயமாய்டுச்சி.

குருடவ்வா : அவன் வீட்டுக்குள்ளதான் இருக்கணும் ராணி. நானும் கருப்பண்ணனும் இங்கே வந்து அரைமணி நேரமாய்டுச்சி. யாரும் வெளியே வரலை.

ராணி : அவரு வீட்டிலேயும் இல்ல.

(கதவைத் தள்ளிப் பார்க்கிறாள்)

அட... வெளிப்பக்கமா சாத்திப் பூட்டி இருக்குது. அவரு உள்ள இருந்தா வெளியே பூட்டு எப்படி வந்தது? அவரு

இப்பதானே கிளம்பிப் போனாரு. நீங்க சரியா கவனிக்கலையோ என்னமோ –

குருடவ்வா : *(நம்பிக்கையற்று)* இருக்கலாம். இருக்கலாம். எப்படியோ, குடித்தனத்த நல்லபடியா ஆரம்பிச்சிட்ட, இல்லயா ராணி?

ராணி : *(வெட்கத்துடன்)* ஆமாம், குருடவ்வா *(கொட்டாவி விடுகிறாள்)*

குருடவ்வா : ரொம்பக் களைப்பா இருக்குதா? போ. போ. போய்ப் படுத்துக்கோம்மா. *(சிரித்தபடி)* எப்படி நம்ம வேரோட மகிமை?

ராணி : அடிக்கடி வா குருடவ்வா.

குருடவ்வா : *(போய்க்கொண்டே)* அப்படியே மறக்காம அந்தக் குளியலறைப் பொந்துல ஏதாச்சிம் அடச்சி வை ஏதாவது புழு பூச்சி வராம இருக்கும்.

(ராணி உள்ளே செல்கிறாள். குருடவ்வாவைத் தோளில் தூக்கிக்கொண்டு கருப்பண்ணன் நடக்க ஆரம்பிக்கிறான்.)

கருப்பண்ணன் : அம்மா. உள்ளே யாரோ நடக்கறதா கேட்ட சத்தம், அப்பண்ணனோடதா இருந்தா அவன் வெளியே வரவே இல்லம்மா.

குருடவ்வா : அவென் உள்ளேதான் இருக்கறான் எனக்கு நல்லா தெரியும்டா. புருஷன் பெண்டாட்டி சேர்ந்து ஒரு தரம் ருசி கண்டுட்டாங்கன்னா அவ்ளோ சீக்கிரம் விடமாட்டங்கன்னு சும்மாவா சொல்றாங்க.

(சட்டெனக் கருப்பண்ணன் நிற்கிறான். தொலைவில் உற்று நோக்கியபடி இருக்கிறான். குருடவ்வா அவன் தோளில் குத்தினாலும் அதிலிருந்து எந்தப் பயனும் இல்லை.)

குருடவ்வா : கருப்பண்ணா, கருப்பண்ணா, என்னடா அது? எதுக்காகடா நின்னுட்டே, கருப்பண்ணா...

கருப்பண்ணன் : *(விழிப்புற்றவனாக)* ம்? ஒன்னுமில்லம்மா.

குருடவ்வா : ஒன்னுமில்லயா? எதுவும் இல்லாமதான் இப்படி நின்னுட்டியா?

கருப்பண்ணன் : நான் சொன்னா உனக்கு நம்பிக்கை வராது.

குருடவ்வா : நம்பாம இருக்கற அளவுக்கு என்னாச்சு? அவள் பெயர் என்னன்னு சொல்லுடா. இங்க அக்கம் பக்கத்தில இருக்கிற கிராமங்கள்ல எனக்கு அடையாளம் தெரியாத பெண்ணே இல்லை. ஆனால் இந்த வேளை கெட்ட வேளையில இங்கே வர்ற பொண்ணு...

கருப்பண்ணன் : எத்தன தரம் சொல்வேன் அம்மா? இது கிராமத்துப் பெண்ணில்லை. அன்னிக்கு ஒரு நாள் ஒரு கிணற்றிலிருந்து அப்படியே எழுந்து மிதந்து வந்தாள். இப்ப அந்தச் சுடுகாட்டிலேருந்து புறப்பட்டு வருகிறாள். என்னப் பாத்துச் சிரிச்சா. கைகாட்டிக் கூப்பிட்டா. அது யார் தெரியுதாம்மா?

குருடவ்வா : யட்சணியா இருக்கணும், இல்லன்னா மோகினியா இருக்கணும். இல்லன்னா பேயா? ராட்சசியா? ஏன்டா இப்படிப் பித்துக்குளித்தனமா பேசறே? உண்மையா யாருன்னு சொல்லுடா.

கிரீஷ் கார்னாட்

கருப்பண்ணன் : சொல்லறதுக்கு நீ விடவே மாட்டங்கறியே.

குருடவ்வா : கருப்பண்ணா, பிறந்ததிலேருந்து நீ வேறே. நான் வேறேன்னு என்னிக்கும் நான் நெனச்சதே இல்லடா. ஆனா இப்படி நீ மூடிமறச்சிப் பேசறத பார்க்கும்போது நாம ரெண்டு பேரும் பிரிஞ்சிட்டமோன்னு தோணுது.

கருப்பண்ணன் : அவள் என்னப் பார்க்கும்போதெல்லாம் சிரிக்கறா. வா வான்னு கூப்படறாம்மா.

குருடவ்வா : சும்மா இருடா.

(இருவரும் பேசிக்கொண்டே செல்கின்றனர். வெயில் ஏறுகிறது. அப்பண்ணன் வருகிறான். தொலைவிலிருந்தே நாயைப் பார்த்து.)

அப்பண்ணன் : அடடா. இந்த நாய்க்கு என்னாச்சி? வெயில் உச்சிமண்டைய பிளக்கிற மாதிரி அடிச்சாலும் இந்த நாய் பிணம் மாதிரி விழுந்து கெடக்குது?

தோ ... தோ ... தோ ...

(அருகில் சென்று)

ஐயையோ, செத்துக் கெடக்குது. ஐம்பது ரூபா கொடுத்து வாங்கன வேட்டை நாய் ... என்ன ஆச்சு இதுக்கு?

(சோதித்துப் பார்த்து)

தூ ... பாம்பு கடிச்சிருக்கணும்!

(அவனது குரல் கேட்டு ராணி ஜன்னலருகில் வந்து பார்க்கிறாள்.)

சாதாரணமான நாய் இல்ல இது. சிறுத்தையையே துரத்தித் துரத்திப் புடிச்ச நாய். அப்படிப்பட்ட நாய்க்குத் தூரத்தில பாம்பு வர்றது தெரியாம இருக்குமா, என்ன? பாத்திருந்தா கொலைச்சிருக்கணும். துடிச்சிருக்கணும். உனக்கு ராத்திரியில ஒன்னுமே கேக்கலியா?

(அவள் இல்லை என்பதுபோலத் தலையை அசைக்கிறாள்.)

சாப்பாடு, தூக்கம் – ரெண்டையும் விட்டா வேற என்ன தான் தெரியும் உனக்கு? முண்டம்.

(எழுந்திருக்கிறான்)

புதைக்கிறதுக்கு ஆள் கூப்பிட்டுக்கொண்டு வரேன்.

(புறப்படுகிறான். ராணி அவனையே வைத்த கண் வாங்காமல் பார்க்கிறாள். தனது கன்னத்தைத் தொட்டுப் பார்த்தவளாக)

ராணி : நேத்து ராத்திரி கன்னம், கழுத்து, தோள்பட்டையெல்லாம் இவருக்கு ரத்தமா இருந்திச்சே. இப்ப ஒண்ணையும் காணோமே! பயத்தில ஏதேதோ தோணுதோ எனக்கு?

(யோசித்தவண்ணம் சமையல் அறைக்குச் செல்கிறாள். சமையல் செய்யத் தொடங்குகிறாள். அப்பண்ணன் வருகிறான். குளிக்கிறான். சாப்பிட உட்கார்கிறான். அவள் பரிமாறுகிறாள். சாப்பிட்டு முடித்துக் கை கழுவி வெளியே சென்று கதவுக்குத் தாழிட்டுப் பூட்டிவிட்டுப் புறப்பட்டுச் செல்கிறான். மௌனமாக இதெல்லாம் நடக்கும்போது)

கதை : வேட்டை நாயின் சாவினால் அப்பண்ணனுக்கு அளவு கடந்த கோபம் மூள்கிறது. அன்றைக்கு ஒரு கீரிப்பிள்ளையைக்

கொண்டு வந்தான். கீரிப்பிள்ளையும் ஒரே ஒரு நாள் வாழ்ந்தது. ஆனால் சாகும் முன்பு, நாயைக்காட்டிலும் அதிக அளவு போராடி இருக்க வேண்டும். உயிரைக் காப்பாற்றிக்கொள்ள ஆனமட்டும் மோதிப் பார்த்திருக்க வேண்டும். அதன் வாய் முழுக்க ரத்தம். கால் நகங்களில் மாமிசத் துண்டுகள். பல்லிடுக்கில் பாம்பின் கிழிந்த தோல்.

அன்றைய இரவு ராணி எதிர்பார்த்திருந்தாள். அவன் வரவில்லை.

மறுநாள் ரத்தக் கோலத்தில் கிடந்த கீரிப்பிள்ளையின் பிணத்தைப் பார்த்ததும் ராணி மயக்கமுற்றுக் கீழே விழுந்தாள். அப்புறம் பதினைந்து நாட்கள்வரைக்கும் அவன் வரவே இல்லை. அழுதும் கலங்கியும் மருகியும் உருகியும் பொழுதைக் கழித்தாள் ராணி. அடுத்த முறை அவன் வரும்போது அவன் உடலெங்கும் புண்கள் ஆறிய தழும்புகள் இருந்தன. ஆறாத காயங்களுக்கு ராணி மருந்து தடவினாள். ஆனால் நடந்தது என்ன என்று அவனிடம் கேட்கவில்லை. அவன் மீண்டும் திரும்பி வந்ததே போதும் என்று தோன்றியது அவளுக்கு.

இதில் விசித்திரம் என்னவென்றால் பகல்வேளையில் புருஷன் வீட்டுக்கு வரும்போது அவனது உடம்பில் புண்களின் சுவடே இல்லை.

(இருட்டாகிறது. வீட்டில் விளக்கேற்றுகிறாள் ராணி. அவள் விளக்கேற்றியதும் ஒவ்வொரு தீபமும் தன் இடத்தை ஆக்கிரமித்துக்கொள்கிறது. சுற்றுமுற்றும் இருக்கிற வீடுகளிலும் விளக்குகள் எரிகின்றன.)

ராணி : *(தீபங்களிடம்)* போதும் போதும் ரொம்ப அவசரப்பட வேணாம். கொஞ்சம் பொறுமையாக இருங்க. இப்பதான் ஆரம்பம். இன்னம் போகப்போக வாசன வீசும்.

(தூங்கும் அறைக்குச் செல்கிறாள். நாகப்பனின் வருகையை எதிர்நோக்கியபடி ஆவலுடன் உட்கார்ந்திருக்கிறாள். இருட்டான பிறகு புற்றிலிருந்து நாகப்பாம்பு வெளியே வந்து குளியலறைக்குள் நுழைகிறது. நீண்ட பெருமூச்சு விட்டு எழுந்து நிற்கிறாள் ராணி.)

ராணி : ஆஹா ... இரவு ராணியின் வாசனை. அவர் வரும் போது தப்பாமல் வீடு முழுக்க வாசனை வீசுது. இந்த வாசனையே அவரை வரவழைச்சிடும். மூச்சுல கலந்து என்னயே எரிச்சிடுது.

(நாகப்பன் வருகிறான். இருவரும் நடனமாடுகின்றனர். தீபங்களும் அவர்களைச் சுற்றி ஆடுகின்றன. பாடுகின்றன.)

(தீபங்களின் பாட்டு)

எல்லாரும் சேர்ந்து ஆடலாம் வா வா
வெளிச்சத்தை நோக்கிப் போகலாம் தாவி

சின்னச்சின்ன கூடுகளில்
மின்மினிப் பூச்சிகளாம்.
மூடுகிற அரைவிழியில்
முழுநிலாவே தெரிகிறதாம்.
ஆராரோ இசைப்போமோ
தாலாட்டுப் பாடுவோமோ

குருடியின் கண்ணுக்குள்
அகல்விளக்கு ஏற்றுங்கள்
நாதஸ்வர ஓசையெல்லாம்

செவிடனுக்கும் கேட்கட்டும்
பளிச்சென்று வெளிச்சம்
எங்கெங்கும் பரவட்டும்

(பாட்டு முடிந்ததும் ராணியும் நாகப்பனும் ஒன்றாகப் படுக்கின்றார்கள். அவளுடைய நீளமான கருங்கூந்தலுடன் அவன் விளையாடுகிறான். ராணி சட்டெனச் சிரிக்கிறாள்.)

ராணி : நல்லவேளை... நான் பிழைச்சேன்.

நாகப்பன் : எதுக்கு? என்னாச்சி?

ராணி : இத்தன நாள் நீங்க வருவதும் போவதும் கனவோ நனவோன்னு தெரியாம எப்படிப் பொலம்பனேன் தெரியுமா? பகலில் கடுகடுன்னு இருக்கற உங்க முகத்தப் பாக்கும்போதெல்லாம் இது நிஜமாக இருக்காதுன்னு தோணும். அதையே நெனச்சி நெனச்சி அழுவேன். ஆனால் உண்மையான சாட்சி ஒன்னு இன்னிக்குச் சாயங்காலம் உண்டாய்டுச்சி. கூண்டுக்குள் ஒரு பஞ்ச வர்ணக்கிளி. கிளிக்கு அதுதான் சுவர். அதுதான் உலகம். கண்ண மூடிட்டு உக்காந்திருக்கும். பகல் முழுக்க உயிர் துடிக்கும். மாட்டுக் கழுத்து மணிச் சத்தம் கேட்டுச்சின்னா, சாயங்காலம் ஆயிடுச்சின்னு அர்த்தம். தூரத்தில அந்த மரத்தில பறவைங்க சத்தம் போட்டு அடையப்போனா ராத்திரி ஆகப்போகுதுன்னு அர்த்தம். ஒரு திசையிலிருந்து இன்னொரு திசைக்கு வண்டுகள் ரீங்காரம் கேட்டுதுன்னா ராத்திரி ஆயிடுச்சின்னு அர்த்தம். இன்னும் அவர் வரணும் ஒருவேளை வராம போய்ட்டா? இதெல்லாம் என்னுடைய பிரமையாய்ப் போய்டுச்சின்னா என்ன செய்யலாம்? ஒவ்வொரு ராத்திரியும் இதே பிரச்சினை. வயித்தில ஒரே

கலக்கம். என்னுடைய அதிர்ஷ்டம். இனிமே அந்தப் பயமெல்லாம் கிடையாது.

நாகப்பன் : அப்படியா?

ராணி : ஆமாம். இது கனவு கிடையாதுங்கறதுக்கு ஆதாரமாக வலுவான சாட்சி கிடைச்சிருக்கு எனக்கு.

ராணி : நாலு மாசமா நான் முழுகாம இருக்கேன்.

(அவனிடமிருந்து எந்தப் பதிலும் இல்லை.)

முழுகி நாலு மாசமாச்சின்னு சொன்னேன்.

(அவன் எதுவும் பேசாமல் அமைதியாக இருப்பதைப் பார்த்து இன்னும் வேகமாக)

நான் சொல்லறது காதுல கேக்குதா, இல்லையா?

நாகப்பன் : *(என்ன சொல்வது என்று புரியாமல், செயற்கை யாகச் சிரித்து)*

கேக்குது.

ராணி : கேட்டபிறகும் ஒன்னும் தோணலையா?

நாகப்பன் : என்ன தோணணும்?

ராணி : முழுகாம இருக்கறதுன்னா என்ன அர்த்தம்ன்னு தெரியுமா, இல்லையா?

(ஒரு குழந்தைக்குச் சொல்லி விளக்குவதுபோல, தன் சந்தோஷம் உற்சாகத்தையெல்லாம் விளக்க முயன்ற வளாக)

அப்படின்னா, நான் கர்ப்பமா இருக்கேன்னு அர்த்தம்.

கிரீஷ் கார்னாட்

(நாகப்பன் முகத்தில் இருந்த சிரிப்பு சட்டென மறைகிறது. திடுக்கிட்டவனாக அவளையே பார்க்கிறான். அவனது எதிர்வினையைப் பார்த்து அவளது சிரிப்பும் மாயமாகிறது. மெல்லிய குரலில்)

நமக்கு ஒரு குழந்தை பிறக்கப் போவுது.

(மௌனம்)

ஏன் இப்படிக் கற்சிலை மாதிரி உக்காந்துட்டிருக்கீங்க? உங்களுக்குச் சந்தோஷம் இல்லன்னாலும் போகட்டும். என் மனத்திருப்திக்காகவாவது கொஞ்சம் சிரிங்களேன்.

(அவளையே பார்த்தபடி உட்கார்கிறான் அவன். இருவரிடையேயும் மௌனம். ராணி கலவரத்துடன்...)

உங்கள நினைச்சி என்ன செய்றதுன்னே தெரியல அழறதா, சிரிக்கிறதா? சுவர்ல முட்டிக்கறதா? எதுக்காக நீங்க இப்படி இருக்கறீங்க. எதை மனசுல நெனச்சு இப்படிச் செய்யறீங்கன்னு எனக்கு ஒண்ணுமே புரியலை. நான் நெனச்சிருந்ததெல்லாம் வேற. இந்த விஷயத்த நீங்க கேள்விப்பட்டதுமே நீங்க ஆடுவீங்க. என்ன அப்படியே தூக்கி வச்சிட்டுக் கொஞ்சுவீங்க, கட்டிப்புடிச்சிட்டுச் சுத்துவீங்க, என் வயிற்றை மெதுவா வருடி முத்தம் கொடுப்பீங்க இப்படி என்னென்னமோ நெனைச்சேன் . . .

(நின்று)

அதே நேரத்தில் இந்த மாதிரில்லாம் செய்ய மாட்டீங்கன்னு ஒரு பயமும் மனசுல இருந்திச்சி. அதுக்காகவே இத்தன நாள் இந்த விஷயத்த உங்களிடமிருந்து மறச்சேன், ரெண்டு

பேரா, தனியா நாம இருக்கும்போதே உங்க நடவடிக்கை, உங்க வார்த்த எதுவுமே முழுசா புரிஞ்சிக்க முடிஞ்சதில்லை. இந்த மூணாவது உயிர் வந்தப்புறம் என்னாவுமோ ஏதாவுமோ என்று சும்மா இருந்தேன்.

(கண்ணீர் நிறைந்தவளாக)

நான் என்ன சந்தேகப்பட்டேனோ, அது உண்மை ஆயிருச்சி. குழந்தை பொறக்கப் போவுதேன்னு உங்களுக்குச் சந்தோஷம் இல்ல. என் தாய்மை மேல உங்களுக்கு விருப்பம் இல்ல. சில சில சமயம் நீங்க மனுஷன்தானான்னுகூடத் தோணும்.

(அவனது கையை இழுத்துத் தனது வயிற்றின் மேல் வைத்துக்கொண்டு)

பாருங்க. நம்ம குழந்தை இருட்டிலே எப்படி அடக்கமா படுத்துட்டிருக்கான்னு பாருங்க. படுத்தபடியே வெளி யுலகச் சத்தத்தயெல்லாம் காதுகொடுத்துக் கேட்டுக்கிட்டே இருக்குது. பகலெல்லாம் நான் சுருண்டுப் படுத்துட்டே இருக்கேனில்லயா, அந்த மாதிரி...

நாகப்பன் : *(மந்தமான குரலில்)* இத்தன மாசம் இந்த விஷயத்த எங்கிட்டே மறச்சது நல்லதா போச்சு. இனிமேலும்கூட இந்த விஷயத்த எங்கிட்ட எழுப்பாத. அது ... ரகசியமா இருக்கட்டும்.

ராணி : யாரிடம் ரகசியமா இருக்கணும்?

நாகப்பன் : என்னிடம்தான்.

ராணி : நீங்க என்ன பேசறீங்கன்னு உங்களுக்குத் தெரியுதா. என்னென்ன சொல்லணுமோ அதெல்லாம் உங்ககிட்ட

சொல்லியாச்சு. இனிமே அது எப்படி ரகசியமாவும்? அதுவும் இன்னும் எத்தன நாள் மூடிமூடி ரகசியமா வைக்க முடியும்? இன்னும் ஒரு பதினைந்து நாள் முடியுமா? மூன்று வாரம் முடியுமா?

நாகப்பன் : *(மெல்லிய சிரிப்புடன்)* ரகசியம் என்னைக்காவது ஒருநாள் வெளிய தெரிஞ்சிதான் ஆவணும். எனக்கும் தெரியும். ஆனாலும் சொல்லிக்கறன். எத்தன நாள் முடியுமோ அத்தன நாளக்கி ... தயவுசெய்து ... நான் சொன்னபடி செய் ...

ராணி : *(வெறுமையான குரலில்)* ஆகட்டும். எதுக்காகன்னு கேக்கக்கூடாது. சொன்னபடிச் செய். சரி, அப்படியே ஆவட்டும். அதன்படியே இருக்கறேன். பகலிலே கோபம், ஆத்திரம். ராத்திரியிலே தெரியற முகமே வேறு. ஒன்னுக் கொன்னு சம்பந்தமே இல்ல. ஆனால் ரெண்டு வேளை யிலேயும் அடிப்படையான சூத்திரக்கயிறு ஒன்னே ஒன்னு தான். எதுக்காகன்னு கேக்கக்கூடாது. சொன்னபடிச் செய்.

(அவன் பதில் எதுவும் பேசாமல் இருக்கிறான். ராணி கலவரத்துடன்)

நீங்க என்னை இந்த வீட்டுக்கு அழைச்சி வந்தப்போ நான் ஒரு குரங்குக் குட்டி மாதிரி இருந்தேன். முண்டம், முட்டாளா இருந்தேன். நீங்க என்னை ஒரு பெண்ணா நான் ஒண்ணும் கிளி, பூனை, குருவி மாதிரி பிராணி கிடையாது. எனக்கும் கொஞ்சம் புத்தி உண்டுன்னு மனசுல நம்பிக்கை வச்சி ஏன் புரியறமாதிரி பேசக்கூடாது? எதுக்காக இந்த மாதிரியெல்லாம் ஆட்டம் ஆடறிங்க?

எதுக்காகப் பச்சோந்தி மாதிரி பகலிலே ஒரு வேஷம், ராத்திரியில ஒரு வேஷம்னு மாத்திக்கறிங்க – கொஞ்சமாச்சிம் புரியற மாதிரி பேசலாமே. நீங்க முழுக்க முழுக்க இழை இழையா பிரிச்சிப் பிரிச்சிச் சொல்ல வேணாம். இதுக்கெல்லாம் ஒரு காரணம் இருக்குதுன்னு எனக்குப் புரியற மாதிரி கொஞ்சம் எடுத்துச் சொன்னா போதும். எல்லாத்தயும் சகிச்சிக்குவேன். ஆனால் இந்த மாதிரி... வாலும் புரியாம தலயும் புரியாம பேசினா மனசே குழம்பிப் போவுது.

(அவன் ஏதோ பேச முற்படும்போதே)

தெரியுது. எதுக்காகன்னு கேக்காத. சொன்னபடி செய்.

நாகப்பன் : *(மெல்லச் சிரித்து)* நான் அதச் சொல்ல வரலை.

ராணி : நான் கர்ப்பமா இருக்கறதே தப்பாய்டுச்சில்ல? நான் மலடியா இருந்தா, எனக்குக் கர்ப்பமே ஆகாம இருந்திருந்தா, நடக்கறதெல்லாம் கனவா நனவாங்கற விடுகதைக்குப் பதிலே கெடைக்காம இந்த ஜென்மமே கழிஞ்சிருக்கும். ஆனா இது கனவு கெடையாது. கனவு தலையிலேயே மெதக்கும். ஆனா இது அடிவயிறு வரைக்கும் ஆழமா வேர் விட்டிருக்குது!

(சட்டென)

நான் என்ன செய்யட்டும். என் கர்ப்பத்தைக் கலைச்சிடட்டுமா?

நாகப்பன் : சீச்சி... என்ன சொல்றே நீ?

ராணி : சமையலறையில வேணுங்கற சாமான்ங்க தாராளமா கெடைக்கும். கரண்டி, கம்பி, கத்தி . . . இல்லன்னா,

குருடவ்வாகிட்டே கேட்டுக்கலாம். இல்ல... அதுவும் முடியாது. ஐந்து மாதக் கர்ப்பம். அதைக் கலைக்கப் போனா கண்டிப்பா எல்லாருக்கும் தெரிஞ்சிடும். ரகசியமா வச்சிக்க முடியாது. தப்பாய்டுச்சிங்க. என்ன மன்னிச் சிடுங்க. ஆனா இந்த நெலமைல நான் என்ன செய்யட்டும்? வச்சிக்கிட்டாலும் ஒன்னுதான். கலச்சிட்டாலும் ஒன்னுதான். ரகசியம் உடைஞ்சிடும்.

(உடம்பு பற்றிய பிரக்ஞையற்றவளாக இங்கும் அங்கும் ஓடுகிறாள்.)

நாகப்பன் : ராணி, விடியப்போவுது. நான் கெளம்பணும்.

ராணி : *(சட்டென ஞாபகம் வந்தவளாக)* ம்?

நாகப்பன் : ராணி, நான் கெளம்பணும்.

ராணி : *(மெதுவாக)* போங்க.

(நாகப்பன் செல்ல முற்படுகிறான். ஆனால் இருவரும் நின்ற இடத்திலேயே நிற்கிறார்கள். இருவரிடமும் எந்தச் சலனமும் இல்லை. உடனே அரங்கத்தின் ஒளி அமைப்பு மாறுகிறது. நின்ற இடத்திலேயே நாகப்பன் அப்பண்ணனாகிறான். அவளை இழுத்து நிலத்தில் தள்ளுகிறான்.)

அப்பண்ணன் : ஆமாம்ன்னு சொல்லறதுக்கு உனக்கு வெட்கமா இல்ல, சண்டாளி? கதவப் பூட்டி மூடி வச்சிருக்கும்போதே இன்னொரு ஆளு தேடிக்கிட்டியா? எவன் கிடைச்சான் உனக்கு... எந்தக் குடிகேடன் கூட இருந்தாய், சொல்லு?

ராணி : உங்களைத்தான் நான் எந்தத் தப்பும் செய்யல.

அப்பண்ணன் : எந்தத் தப்பும் செய்யாமயே கர்ப்பமாய்ட்டயா? உன்ன இப்படியே விடப்போவறதில்ல. இந்த ஊர் முன்னால என் மானத்தயே வாங்கிட்டயே? என் முகத்துல கரியப் பூசிட்டயே, சண்டாளி.

(அடிக்கிறான். வெளியே நாகப்பாம்பு ஊர்கிறது. இருவருக்கும் அப்பக்கம் கவனமே இல்லை.)

இந்தத் தரித்திரப் பிண்டத்த வெளியேற்றாத வரைக்கும் – இந்தக் கர்ப்பத்துல கல்லைத் தூக்கிப் போடாத வரைக்கும் இந்த வீட்டிலதான் நான் பிறந்தேன்னு சொல்றதுல அர்த்தமே இல்ல.

(அவளைத் தெருவுக்கு இழுக்கிறான். அவளைத் தரையில் அடித்துத் தள்ளி, அவளது வயிற்றில் அடிக்கவென்று ஒரு பெரிய கல்லை உயர்த்துகிறான். அதேவேளையில் நாகப்பாம்பு உஸ்ஸென்று சீறி அவனை நோக்கி வருகிறது. அதைப் பார்த்து ராணி அலறுகிறாள்.)

ராணி : பாம்பு! நாகப்பாம்பு!

(தூக்கின கல்லைப் பாம்பின் திசையில் எறிகிறான் அப்பண்ணன். அது சட்டெனப் பின்வாங்குகிறது. மரத்தின் பின்னால் மறைந்து மாயமாகிறது. அப்பண்ணனின் கவனம் திசைமாறிய தருணத்தில் வீட்டுக்குள் ஓடி மறைகிறாள். கதவை மூடிக்கொள்கிறாள். அப்பண்ணன் வந்து கதவைத் தட்டுகிறான். வீட்டுக்குள் தரையில் விழுந்து அழுகிறாள் அவள்.)

அப்பண்ணன் : கதவத் திற! கதவத் திற! திறக்கறியா இல்லயா? திறக்கமாட்டாயா? சரி. நான் யார்ன்னு உனக்குக்

காட்டறேன். ஊர்ப் பஞ்சாயத்துக்காரங்கள அழைக்கறேன். ஊர் ஜனங்க முன்னால கொதிக்கற எண்ணெய்ல அந்தக் கர்ப்பம் கரையலைன்னா என் பேரு அப்பண்ணன் கிடையாது.

(திட்டியபடிக் கிளம்பிச் செல்கிறான். அரங்க ஒளியமைப்பு மாற்றப்படுகிறது. இரவுவேளை. தரையில் படுத்த இடத்திலேயே படுத்துக்கொண்டு ராணி அழுதபடி இருக்கிறாள். நாகப்பன் வருகிறான். உட்கார்கிறான்.)

ராணி : எதுக்காக என் மானத்த இப்படி வாங்கறீங்க? இத்தன மாசமா என்னை வீட்டுக்குள்ளயே மறைச்சி வச்சிங்க. இப்ப தெருவுக்கிழுத்து எல்லார் முன்னிலேயும் அவமானப் படுத்தறிங்க. எதுக்காக இப்படி? அதவிட என்னைக் கொன்னுடலாமே? நானே செத்திருப்பேன். ஆனா தூக்குப் போட்டுக்கலாம்ன்னு பாத்தாகூட இந்த வீட்டுல ஒரு கயிறைக்கூட நீங்க வைக்கலே.

நாகப்பன் : ராணி நாலு பேர் நாலுவிதமாத்தான் பேசுவாங்க, அது ஒன்னும் தப்பு இல்லை.

ராணி : யாரோ இன்னொருத்தவங்கள பத்திப்பேசற மாதிரி நீங்க பேசறிங்களே. நீங்கதானே பஞ்சாயத்துக்கு வாடின்னு இழுத்தும் போனீங்க? இப்ப அவுங்ககிட்டே போய்ச் சொல்லுங்களேன். நான் பழி சொன்னது தப்பு. என் பெண்டாட்டி அப்படிப்பட்டவள் கிடையாது – அப்படின்னு சொல்லுங்க.

நாகப்பன் : அதெல்லாம் இப்ப முடியாது. (மௌனம்) ராணி, என் மேல உனக்கு நம்பிக்கை இருக்குதா, இல்லையா?

ராணி : *(சீற்றத்துடன்)* உங்க மேல நம்பிக்கை வைச்சதன் பலனத்தானே இப்ப அனுபவிக்கறேன். *(வேறு வழி தோன் றாமல்)* உங்கள விட்டா வேற யாரு இருக்காங்க எனக்கு?

நாகப்பன் : அப்படின்னா, நான் சொல்றத கொஞ்சம் கவனமா கேளு. உன்ன பஞ்சாயத்துக்கு இழுத்துப்போயிக் கேட்கும் போது 'நான் பாம்பப் புடிச்சி சத்தியம் செய்யறே'ன்னு சொல்.

ராணி : பாம்புப் புடிச்சி சத்தியம் செய்யறதா? அப்படின்னா?

நாகப்பன் : இந்த வீட்டுக்குப் பக்கத்திலேயே அந்தப் புற்று இருக்குதில்லயா? அதுக்குள்ளே கைவிட்டு...

ராணி : *(பதறி)* ஆங்?

நாகப்பன் : அந்தப் புத்துலேர்ந்து நாகப்பாம்ப கையால புடிச்சுத் தூக்கு. புடிச்சபடியே சத்தியம் செய்.

ராணி : ஐயோ. முடியாது. என்னால முடியாது.

நாகப்பன் : வேற வழியே இல்லை ராணி.

ராணி : அதவிட இங்கேயே எனக்குக் கொஞ்சம் விஷம் கொடுத்துருங்களேன். அந்தப் பாம்பைக் கையால புடிச்சதுமே எப்படியும் அது கொத்தத்தான போவுது. அப்ப உங்க வேட்டை நாய்க் கதி, கீரிப்பிள்ளைக் கதிதான் என் கதி.

நாகப்பன் : மரணப் பயமா ராணி?

ராணி : *(சீறி)* இல்ல. பாம்புக்குப் பயம்.

நாகப்பன் : நீ உண்மையைச் சொன்னா ஒன்னும் ஆவாது.

ராணி : *(புரியாமல்)* உண்மையா, எந்த உண்மை?

நாகப்பன் : உண்மைன்னா உண்மைதான். சத்தியம். பாம்ப கையால புடிச்சிச் சத்தியம் செய்.

ராணி : பொய் சொன்னா?

நாகப்பன் : நாகப்பாம்பு கடிச்சிடும்.

ராணி : *(மெல்லிய குரலில்)* நான் நிஜம்ன்னு நினைச்சது நிஜமாவே பொய்யா இருந்தா?

நாகப்பன் : கடிச்சிடும். உனக்கு என்ன தோணுதுங்கறது முக்கியம் இல்லை.

ராணி : ஐயோ!

(முகத்தை மூடிக்கொள்கிறாள்)

சத்தியம்! இந்தக் கர்ப்பம் உங்களாலத்தான் ஆனதுங்கறது ஒன்னுதான் சத்தியம். உங்களுக்கே அது தெரியும். ஊரில் இருக்கறவங்களும் ஒத்துக்கொள்ள வேண்டிய விஷயம். இதுக்கமேல என்ன சத்தியம் செய்யணும்? நாகப்பாம்பு மேல சத்தியம் செய்ன்னு வேறே சொல்லறீங்க. அந்த நாகப்பாம்புக்கும் அந்தச் சத்தியம்தான் வேணுமா? நீங்க எல்லாரும் ஒத்துக்கற அளவுக்கு ஒரு சத்தியம் – கர்ப்பமா இருக்கற பெண்ணுக்குத் தெரியாமப் போனது எதுன்னு உடைச்சிச் சொல்லுங்களேன்?

நாகப்பன் : எல்லாம் சரியாவும் ராணி. நாளைக்கு உன் புருஷன் உனக்கு அடிமையாவான். நீ என்னென்ன நினைக்கிறாயோ அதெல்லாம் நடக்கும்.

(புறப்படுகிறான்)

ராணி : கொஞ்சம் நில்லுங்க.

(ஓடிச்சென்று அவனைத் தடுக்கிறாள்.)

என்னை இறுக்கமா கட்டிப்புடிச்சிக்கிங்க. விடவேணாம். எனக்குப் பயமா இருக்குது. பாம்ப நெனச்சிப் பயம் கிடையாது. சாவ நெனச்சிக்கூடப் பயம் கிடையாது. உங்கள நினைச்சித்தான் பயமா இருக்குது. நாளைக்கு அடிமை யாவேன்னு சொல்றீங்க. ஆனா உங்க இதயம் எப்படித் துடிக்குது தெரியுங்களா? அது இருக்கறதே இத்தன நாளூ தெரியவே இல்ல. அப்படியே கையில அகப்பட்ட புறா மாதிரி அடிச்சிக்குதே. ஏன்?

(எதுவும் பதில் தராமல் அவளைத் தன்னிடமிருந்து விலக்கு கிறான். அவனைப் பார்க்கவும் முடியாமல், சும்மா இருக்கவும் முடியாமல் சுவர்ப்பக்கம் சரிந்து பேசத் தொடங்குகிறாள்.)

எனக்கு நாளையும் வேணாம். நாளைய மறுநாளும் வேணாம். எனக்கு இன்னைக்கு ஒரு ராத்திரி போதும். எனக்குத் தெரியும். உங்கள நான் விடக்கூடாது. இங்கே இருந்து உங்களப் போக விடக்கூடாது. இங்கயே புடிச்சி என்னோட வச்சிக்கணும். என் மடியில கிடத்தி முந்தானையால மூடி வச்சிக்கணும். அப்படியே பால் குளிப்பாட்டணும்.

(அவன் இருந்த பக்கம் திரும்புகிறாள். இதற்குள் நாகப்பன் மூலையில் இருந்து வெளியேறுகிறான். குளியலறைக்குச் சென்று மீண்டும் பாம்பின் வடிவம் அடைந்து பொந்து வழியே வெளியேறிவிடுகிறான். சட்டென ராணி நடுங்கும் குரலில்)

என்னங்க . . . என் பேச்ச கேளூங்க . . . நில்லுங்க.

(ஓடி முன்வாசலை அடைகிறாள். கதவை அடைப்பதற்காகக் கையை ஓங்குகிறாள். அப்படியே அங்கேயே உறைந்து நிற்கிறாள்.)

ஆ... தாப்பாள் உள் பக்கமா நானே போட்டது. அப்படின்னா... இவர் உள்ளே எப்படி வந்தார்? வெளியே எப்படி போனார்?

(எதுவும் புரியாமல் குளியலறைப் பக்கம் ஓடிச் சென்று பார்க்கிறாள். அந்த அறையும் வெறுமையாக இருக்கிறது. தலையைப் பிடித்துக்கொண்டு)

ஐயோ... எங்க இருக்கீங்க நீங்க? எங்கே இருக்கீங்க?

(அழத் தொடங்குகிறாள்)

(பெரிய மக்கள் கூட்டம் நான்கு திசையில் இருந்தும் ஆள்கள் மேடையை நெருங்குகிறார்கள். கும்பல் கும்பலாக நின்று விவாதிக்கிறார்கள். ஊர்ப் பெரியவர்கள் வருகிறார்கள். பஞ்சாயத்து மேடையில் ஏறி நிற்கிறார்கள். பஞ்சாயத்து தொடங்குகிறது. இரண்டாம் பெரியவர் 'அமைதி... அமைதி... யாரும் சத்தம் போடாதீங்க' என்று கூவி மக்களை அமைதிப்படுத்துகிறார். அப்புறம்)

பெரியவர் 1 : ராணி, நாங்க இவ்வளவு தூரத்துக்கு எடுத்துச்சொல்லியும் நீ கேக்கற பொண்ணா தெரியல. எங்களுக்கும் வேற எந்த வழியும் தெரியல.

பெரியவர் 2 : கைப் பிடிச்ச புருஷன் பத்து ஜனங்க முன்னால தன்னோட பெண்டாட்டி கற்பைப் பற்றித் தரக்குறைவா பேசறது ஊருக்கு அழகு கிடையாது. ஆனால் கல்யாணம்

செஞ்சி அழைச்சி வந்த நாள்லேருந்து இன்னிய தேதி வரைக்கும் பெண்டாட்டி பக்கத்தில படுத்ததே கிடையாதுன்னு அப்பண்ணன் சொல்றான். ஆனாலும் அவ கர்ப்பிணின்னு சொன்னா, அதுக்கும் தனக்கும் எந்த சம்பந்தமும் இல்லைன்னும் சொல்றான்.

பெரியவர் 3 : காலம் காலமா நம்ம ஊர்ல நடந்து வந்த பழக்கம் என்னன்னு சொன்னா, நல்லா பழுக்கக் காய்ச்சன இரும்பப் புடிச்சி சத்தியம் செய்யணும். அதிகபட்சம்னு சொன்னா, கொதிக்கற எண்ணெய்ல கையை வச்சி சத்தியம் செய்யணும். ஆனால் நாகப் பாம்பைப் பிடிச்சி சத்தியம் செய்யறேன்னு நீ அடம் பிடிக்கற.

பெரியவர் 1 : இந்த விஷயம் தெரிஞ்சதும் பத்துப்பேரு இருக்கற பஞ்சாயத்துக் கட்டைக்கு ஆயிரம்பேரு சேர்ந்துட்டாங்க. ஒரு சின்ன விஷயம் ரொம்பப் பெரிசாய்ட்டுது. இது ஊருக்கு நல்லது கிடையாது. நியாயத்துக்கும் நல்லது கிடையாது.

பெரியவர் 3 : இனிமேலாவது எங்க பேச்ச கேளு ராணி. அந்த நாகப்பாம்பு கடிச்சா உன் உயிருக்கே ஆபத்து. அது மட்டுமில்ல, உன் வயித்துல வளருகிற உயிருக்கும் ஆபத்து. எங்களுக்கும் கொலை செஞ்ச பாவம்.

பெரியவர் 2 : உன்னுடைய பிடிவாதத்தால இந்த ஊருக்கும் ஊர்ப் பெரியவங்களுக்கும் பாவம் பிடிக்கறது நல்லதில்ல. இன்னொரு தரம் நல்லா யோசிச்சிப் பாரு. எங்க பேச்ச கேளு. உன் பிடிவாதத்த விடு.

பெரியவர் 1 : பழுக்கக் காய்ச்சன கம்பிய புடிச்சி நீ சத்தியம் செஞ்சா போதும். வேற எதயும் நாங்க கேக்க மாட்டோம்.

ராணி : நான் சின்னப்பொண்ணு. எனக்கு அவ்வளவு விவரம் தெரியாது. ஆனால், பெரியவங்க நீங்கள் எல்லாரும் என்னை மன்னிக்கணும். நான் நாகப்பாம்ப புடிச்சித்தான் சத்தியம் செய்வேன்.

(பெரியவர்களுக்குள் விவாதம். ஜனங்களிடையே கூச்சல்)

பெரியவர் 1 : சரி, அப்பபடியே ஆகட்டும்.

(புற்றின் பக்கம் ராணி செல்கிறாள். மக்கள் கூட்டம் முன்னே நெருக்கியடித்துக்கொண்டு முன்னேறுகிறது. புற்றில் இருந்து பாம்பு வெளியே வந்து படம் விரித்து ஆடுகிறது. அதைக் கண்டு பயந்து மக்கள் கூட்டம் ஓவென்று கூவிப் பின்வாங்குகிறது. ராணியும் பயந்து பின்வாங்குகிறாள். அங்குமிங்கும் பார்த்துவிட்டு நாகப்பாம்பு புற்றுக்குள் செல்கிறது.)

பெரியவர் 2 : போ, ராணி, போ. அந்த நாகப்பாம்ப கையால பிடி. சத்தியம் செய்.

ராணி : எனக்கு... எனக்குப் பயமா இருக்குது. நான் என்ன செய்யட்டும்? ஐயோ... அப்பா, அம்மா.

(அப்பண்ணனிடம் ஓடிச்சென்று)

எனக்கு ரொம்பப் பயமா இருக்குதுங்க... என்ன காப்பாத்துங்க...

அப்பண்ணன் : சீ... குடிகேடி... அடி வேணுமா...

பெரியவர் 3 : அப்பண்ணா. திட்ட வேண்டாம். அவள் தப்புச் செஞ்சிருக்கலாம். ஆனா அவள் இன்னும் சின்ன பொண்ணு.

நாகப்பாம்பப் பாத்து நாமே நடுங்கிப் போறம். பாவம், அவள் பயப்படுறதில ஆச்சரியம் கிடையாது.

பெரியவர் 1 : மகளே, உன்னால முடியலைன்னா வேண்டாம். எங்களுக்கும் இதப்புடிச்சித்தான் சத்தியம் செய்யணும்ன்னு இல்ல. உன் தப்ப ஒத்துக்கோ. நாங்க பெரியவங்க நாலு பேரு விசாரிச்சித் தகுந்த தண்டனை விதிக்கிறோம்.

ராணி : *(வேறு வழி தோன்றாதவளாக)* ஆனால், நான் எந்தத் தப்பும் செய்யலையே. எந்தத் தப்பும் செய்யாம தண்டனையை எப்படி ஒத்துக்கறது?

பெரியவர் 2 : *(கோபத்துடன்)* நல்லா கேட்டுக்கோ. நீ இன்னும் சின்ன பொண்ணு, விவரம் தெரியாத பொண்ணுன்னு இதுவரைக்கும் பொறுமையா உன் பேச்ச கேட்டோம். உன் விருப்பப்படியே எல்லா ஏற்பாடும் நடந்துட்டுது. இனிமே எதுவும் செய்ய முடியாது. தப்பையாச்சும் ஒத்துக்கோ. இல்லன்னா சத்தியம் செய்.

(ராணி புற்றின் திசையில் பார்க்கிறாள். அதன்பின்...)

பெரியவர் 3 : இந்த மாதிரி சத்தியம் செய்ய முடியலைன்னா, தப்ப ஒத்துக்கோ.

(படபடப்போடு புற்றின் பக்கம் பார்க்கிறாள் ராணி. அதன்பின் மெதுவான குரலில்...)

ராணி : சரி, நான் பழுக்கக் காய்ச்சின கம்பிய புடிச்சே சத்தியம் செய்றேன்.

(நிராசையால் ஜனங்கள் நடுவில் சத்தம். பஞ்சாயத்துப் பெரியவர்களுக்கு மட்டும் நிம்மதி)

கிரீஷ் கார்னாட்

பெரியவர் 1 : இங்கே வா ராணி. இவ்வளவு நேரம் நாங்க என்ன சொல்லிட்டிருந்தோம்?

அப்பண்ணன் : *(கூவி)* இது என்ன சின்னபுள்ளை விளையாட்டு? இந்தக் கைகாரி...

பெரியவர் 2 : அப்பாடி... கொலை செய்ற பாவம் ஒழிஞ்சிது.

பெரியவர் 3 : சீக்கிரமா கம்பிக்கு ஏற்பாடு செய்ங்கப்பா.

(இந்தக் கும்பலுக்குள் குருடவ்வா மகனை அழைத்தபடி வருகிறாள்)

குருடவ்வா : கருப்பண்ணா! மகனே... எங்கேடா இருக்கே, கருப்பண்ணா...

(கூப்பிட்டுக்கொண்டே செல்ல முற்படுகிறாள். அவள் பின்னால் செல்ல ராணி முயலும்போது, அவளை அப்பண்ணன் தடுத்துப் பிடித்துக்கொள்கிறான்.)

அப்பண்ணன் : எங்கடி போறே, அந்தக் கெழவிக்குப் பின்னால?

ராணி : விடுங்க. என்னை விடுங்க. நான் குருடவ்வாவிடம் கொஞ்சம் பேசணும்.

பெரியவர் 1 : மகளே, அவளுக்கு மூளை சரியில்லம்மா. மகன் பேரச் சொல்லிக் கூப்பிட்டுக்கொண்டே அலையறா.

பெரியவர் 2 : மகன் காணாம போயி எட்டு நாளாவுது. அன்னைலேருந்து பைத்தியம் புடிச்சிருக்குது.

பெரியவர் 3 : அவன் ஊருக்குள்ள இல்லன்னு யார் சொன்னாலும் கேக்கமாட்டறா.

குருடவ்வா : *(கூப்பிடுகிறாள்)* கருப்பண்ணா...

நாக மண்டலம்

ராணி : *(அப்பண்ணனிடம் கோபமாக)* என் கைய விடறிங்களா இல்லயா இப்ப? என் கைய விட்டிங்கன்னா சரி, இல்ல...

பெரியவர் 3 : போவட்டும் விடு, அப்பண்ணா. எப்படி இருந்தாலும் கம்பி இன்னும் பழுக்கக் காயணுமில்லயா...

(பெரியவரின் கட்டளையின்படி அப்பண்ணா ராணியின் கையை விடுவிக்கிறான். அவள் ஓடிச்சென்று குருடவ்வாவைத் தடுத்து நிறுத்துகிறாள்.)

ராணி : குருடவ்வா... குருடவ்வா...

குருடவ்வா : என் புள்ளைய நீ பாத்தியாம்மா? கருப்பண்ணா...

ராணி : நான் ராணி. நான் என்ன செய்யறது குருடவ்வா? என்ன செய்யறது?

குருடவ்வா : கருப்பண்ணன் வந்திருக்கானா இங்க?

ராணி : குருடவ்வா... என்ன அடையாளம் தெரியலயா...

குருடவ்வா : இருட்டிலேயே கரைஞ்சி போய்ட்டான்.

ராணி : சொல்லு குருடவ்வா... என் கதி ஏன் இப்படி ஆச்சு? ஏன்?

குருடவ்வா : நடுராத்திரி – திடீர்னு விழிச்சிக்கிட்டேன். கருப்பண்ணனுக்கு மேல்மூச்சு கீழ்மூச்சு வாங்கிச்சி. கம்பளியில படுத்திருக்கல. பக்கத்திலேயே எழுந்து நின்னுட்டிருந்தான். சாமி வந்த ஆள் மாதிரி வெறைச்சி நின்னுட்டிருந்தான். நான் பேர் சொல்லிக் கூப்பிட்டேன். கைய இழுத்துக் கூப்பிட்டேன். அவனிடமிருந்து எந்தப் பதிலும் இல்ல. எந்தச் சத்தமும் இல்ல. சட்டுனு எனக்குப்

புரிஞ்சிது. வீட்டுக்குள்ள எங்க ரெண்டு பேரயும் தவிர மூணாவது ஆள் இருக்காங்கன்னு.

ராணி : *(கட்டுண்டவளாக)* யாரு?

குருடவ்வா : *(கலக்கத்துடன்)* கண் இருந்தா அவனுக்குத் தெரிஞ்சது எனக்கும் தெரிஞ்சிருக்கும். யாருன்னு அடையாளம் புரிஞ்சிருக்கும். இந்த ஓட்டைக் கண்ணுக்கு என்ன தெரியப்போவுது? அவன் சொல்லும்போதெல் லாம் கேக்கலை. செவிடா இருந்திட்டேன். யாருன்னு அவள் தெரியலை. மாயக்காரியா, நாகலோகக் கன்னியா தெரியலை. ஆனா, அவள் இந்த உலகத்துப் பொண்ணு மட்டும் கிடையாது. எந்தப் பொண்ணு எங்க வீட்டுக்கு நடு ராத்திரியில வருகிறாள்? பேச்சு மூச்சு இல்லாம நின்னுட்டிருந்தாள் அவள். 'யார் நீ? எதுக்காக என் பையன் பின்னால அலையறே'ன்னு சத்தமா கேட்டேன். சட்டென்று வாசல் கதவு திறந்தது. உய்ன்னு ஒரு புயல் காத்து. தூண் எல்லாம் அதிருகிற மாதிரி இருந்தது. என்னிடமிருந்து நழுவிக் கருப்பண்ணன் ஓடிட்டான். 'கருப்பண்ணா கருப்பண்ணா'ன்னு கூப்டுட்டே அவன் பின்னால போனேன். ஒன்னும் முடியலை. போன கருப்பண்ணன் அப்புறம் திரும்பவே இல்லை. என் புள்ளையை எங்கயோ தொலைச்சிட்டேன். நானே தொலைச்சிட்டேன்.

பெரியவர் 1 : *ராணி...*

குருடவ்வா : அன்னைலேருந்து அவன் பேரச் சொல்லிக் கூப்பிட்டபடியே அலையறேன். ஊரில இருக்கறவங்க எல்லாம் 'கருப்பண்ணன் ஊர்லியே இல்ல' அப்படின்னு

சொல்றாங்க. அவங்க எல்லாம் எனக்குப் பைத்தியம் புடிச்சிருக்குன்னு நெனைச்சிட்டிருக்காங்க. அவன் திரும்பி வரமாட்டான்னு எனக்குத் தெரியும் பொண்ணே. ஆனால் என்ன செய்யறது? வீட்டுக்குள்ள ஒண்டியா எப்படி உக்காந்திருக்கறது? உக்காந்துதான் என்ன செய்றது? செய்யறதுக்கு ஏதாவது வேணும் இல்லயா? அதுக்காகத் தான் தெருத்தெருவா அவன் பேரச் சொல்லிக் கூப்டுட்டே அலையறேன். அவன் பேராவது என் நாக்குல புரளும், இல்லையா?

பெரியவர் 2 : *ராணி...*

குருடவ்வா : *(சட்டென எழுந்து நின்று)* நான் போவணும். என் மகனத் தேடணும். ஐயோ, பொழுத வீணாக்கிட்டிருக்கேனே. என் புத்திய என்னன்னு சொல்லறது! கருப்பண்ணா... மகனே எங்கேடா இருக்கே? நான்டா உங்க அம்மா. பாடாப் படுத்தாதேடா. என் உயிர வாங்காதேடா, வாடா கருப்பண்ணா.

(அழைத்தபடியே கிளம்பிப் போகிறாள். ராணி அவளையே பார்த்தபடி இருக்கிறாள். அப்புறம் பொதுமக்கள் கூட்டத்திடையே நின்றிருக்கும் கதையைக் குறித்து)

ராணி : *(கதையிடம்)* சொல். குருடவ்வாவின் கதி ஏன் இப்படி ஆகணும்? அவள் பிறவிக்குருடி. அது அவளுடைய தப்புக் கிடையாது. பாதாள ஆழத்திலிருந்து, அடிக்கிணத்துலயிருந்து, எங்கெங்கிருந்தோ எதெதுவோ வந்து நாம படுத்துக்கற இடம் வரைக்கும் வந்து பாடாப் படுத்தனா – எந்த உலகத்து ஆசையோ, இருட்டிலே சத்தமில்லாம நுழைஞ்சி வந்தா – கண் பார்வை இருந்தும்கூட என்ன பிரயோஜனம்?

(நெரிசலில் அகப்பட்ட மக்களின் சத்தத்துக்கு இடையே கதையைக் குறித்து மேலும் ராணி பேசிய பேச்சுச் சத்தத்திலேயே மூழ்கிப்போகிறது.)

பெரியவர் 3 : அமைதி. அமைதி. எல்லாரும் அமைதியா இருங்க.

(மக்கள் கூட்டம் அமைதியாகிறது. ராணி கதையைக் குறித்துப் பேசிய பேச்சின் இறுதிப் பகுதி மட்டும் கேட்கிறது.)

ராணி : இப்படியே கதை திக்குதிசையில்லாமல் எங்கெங்கோ போகற மாதிரி இருந்தா,

... பாம்புப் புற்று அதைவிட மோசமா?

சாவுதான் அதைவிட மோசமா?

பெரியவர் 2 : வா ராணி... வா, கம்பி நல்லா பழுக்கக் காய்ஞ்சிட்டுது. வா.

ராணி : இல்லை. நான் நாகப்பாம்பைப் பிடிச்சே சத்தியம் செய்யறேன்.

(புற்று அருகில் சென்று உள்ளே கையை விடுகிறாள். பாம்பை வெளியே தூக்குகிறாள். ஓவென்று அலறி மக்கள் கூட்டம் நடுங்குகிறது.)

பெரியவர் 1 : சீக்கிரம் சத்தியம் செய்.

ராணி : கல்யாணத்துக்கப்புறம் இந்த ஊருக்கு வந்ததிலிருந்து, இன்னைக்கவரைக்கும்... இந்தக் கையால தொட்டது, ரெண்டே ரெண்டுதான்.

அப்பண்ணன் : *(கூவி)* கேட்டீங்களா... அவளே ஒத்துக்கிட்டாள். நல்லா கேளுங்க. ரெண்டுன்னு சொல்றாளே... யார் அந்த ரெண்டு பேர்..?

நாக மண்டலம்

ராணி : என் புருஷன்...

அப்பண்ணன் : சொல்லு... அடுத்தது யாரு?

ராணி : இந்த நாகப்பன். *(திடுமென மடை திறந்த வெள்ளம்போல)* என் புருஷன். அப்புறம் இந்த நாகப்பன். இந்த ரெண்டு பேரயும் தவிர வேறு யாரையும் நான் தொட்டதில்லை. எந்த ஆம்பளையையும் என்னத் தொட அனுமதிச்சதில்லை. இது பொய் என்றால் இந்த நாகப் பாம்பு என்னைக் கடிக்கட்டும். இதே இடத்தில் என் உயிர் பிரியட்டும்.

(சட்டென நாகப்பாம்பு அவளது தோளில் ஊர்ந்து அலைகிறது. அவளது குரல் வளையைச் சுற்றி விளையாடுகிறது. அவள் உச்சந்தலையில் ஏறிப் படம் விரித்துத் தலையசைக்கிறது. மக்கள் கூட்டத்திடையே சொல்ல முடியாத ஆச்சரியம். பாம்பு அவளிடமிருந்து விடுபட்டுப் புற்றை அடைகிறது. மக்களிடையே ஓரே ஆரவாரம்)

பெரியவர் 1 : மாயம்! அற்புதம்!

பெரியவர் 2 : அம்மா, நீ சாதாரணப் பெண்ணில்லை. தேவதை.

பெரியவர் 3 : பெரிய பத்தினி! பதிவிரதை!

(மூன்று பெரியவர்களும் ராணியின் கால்களில் விழுந்து வணங்குகிறார்கள். மக்கள் கூட்டம் நெருக்கியடித்துக்கொண்டு முன்னேறி அவள் கால்களில் விழுந்து வணங்குகின்றது. அப்பண்ணன் அதிர்ச்சியிலும் ஆச்சரியத்திலும் முழுகி நிற்கிறான். பெரியவர்கள் 'எங்கே பல்லக்கு? எங்கே நாதஸ்வரம்?' என்று கூவுகிறார்கள். ராணியைத் தூக்கிப் பல்லக்கில் உட்கார வைக்கிறார்கள். அப்புறம் ஞாபகம் வந்தவர்கள்போல

அப்பண்ணனையும் அழைத்து ராணியின் பக்கத்தில் உட்கார வைக்கிறார்கள். மேளதாள முழக்கத்துடன் இருவரையும் ஊர் வலமாக அழைத்துச் சென்று அவர்களது வீட்டில் இறக்கிவிட்டு வருகிறார்கள்.)

பெரியவர் 1 : அப்பண்ணா. உன் பெண்டாட்டி சாட்சாத் கடவுளுடைய அவதாரம். அவள்மேல பழி சுமத்திட்டோமேன்னு கலவரப்படாதே. இப்படிப்பட்ட தேவதையுடைய அருமை இந்த உலகத்துக்குத் தெரியட்டுமேன்னுதான் கடவுள் உனக்கு அந்த மாதிரி ஒரு புத்தியைக் கொடுத்திருக்கான். நீ பெரிய புண்ணியவான்.

பெரியவர் 2 : உன்னுடைய வாழ்க்கை அவளுக்குச் சேவை செய்றதிலே கழியட்டும். இப்படிப்பட்ட ஒரு புண்ணியம் அவ்வளவு சுலபமா கெடைச்சிடாது. அதுக்கெல்லாம் வரம் வாங்கி வந்திருக்கணும்.

பெரியவர் 3 : அம்மா, உன் பதிவிரதைத்தனம் இந்த ஊரைக் காப்பாத்தணும். நம்ம ஜனங்களுக்கு நல்ல துணையா இருக்கணும்.

(ராணியின் காலில் விழுந்து வணங்கிச் செல்கின்றனர். வாசலில் ராணி ,அப்பண்ணன் இருவர் மட்டுமே எஞ்சுகின்றனர். அப்பண்ணன் வாசல் கதவைத் திறக்கிறான். பூட்டைத் தூர வீசி எறிகிறான். எதுவும் பேசாமல் அமைதியாய் உள்ளே சென்று உட்கார்கிறான். அவன் பின்னாலேயே வருகிறாள் ராணி. அவன் அருகே நிற்கிறாள். இருவரிடையேயும் நீண்ட மௌனம். சட்டென அவன் அவளது காலில் விழுகிறான். அவள் தடுக்கிறாள். தூக்கி உட்கார வைக்கிறாள்.)

ராணி : ஐயோ ஏன் இப்படியெல்லாம் செய்யறீங்க?

அப்பண்ணன் : என்னை மன்னிச்சிக்கோ. நான் ஒரு குருடன் மகாபாவி – சண்டாளன்.

ராணி : சும்மா இருங்க, நீங்கள்தான் என் கடவுள். என் சௌபாக்கியம்.

(அவனை அணைத்துத் தோள்மேல் சாய்த்துக்கொண்டு ஆறுதல்படுத்துகிறாள். அந்தச் செய்கையினூடேயே இருவரும் அசைவற்று நிற்கிறார்கள்.)

கதை : நல்ல நேரத்தில் ராணிக்கு ஒரு குழந்தை பிறந்தது. ஆண் குழந்தை. வீடு, கணவன், குழந்தை என்று முழு மனத்துடன் ஈடுபட்ட ராணி வாழ்க்கையைச் சந்தோஷத்துடன் நடத்தினாள்...

(கதை கேட்டபடி இவ்வளவு நேரமும் உட்கார்ந்திருந்த தீபங்கள் சத்தமிட்டபடி எழுகின்றன. புறப்பட ஆரம்பிக்கின்றன.)

மனிதன் : *(கோபத்துடன்)* சீச்சீ ... ஏன் இவ்வளவு சத்தம்? இவ்வளவு நேரம் உட்கார்ந்தவர்களுக்கு இன்னும் கொஞ்ச நேரம் அமைதியாக உட்கார முடியவில்லையா?

தீபங்கள் : ஏன், கதை இன்னும் முடியவில்லையா? பொழுது விடியப்போவுது, கிளம்பணும். எங்க வீட்டில விடியற துக்கு முன்னேயே எழுந்திடுவாங்க... பறவைகள் சத்தம் கேக்கலையா?

கதை : ஏன்... கதை உங்களுக்குத் திருப்தியில்லையா?

மனிதன் : ரொம்பத் திருப்தி. ஆனா கதை இப்படி முடியறத ஜனங்கள் ஒத்துக்கமாட்டாங்க.

கதை : ஏன்?

மனிதன் : கருப்பண்ணனுக்கு என்னாச்சு? அவன்...

கதை : அது குருடவ்வாவின் கதை. அந்த விஷயத்துல ரொம்ப ஆர்வம் இருந்தா, தேடிட்டே போனா எங்கயாச்சும் ஒரு இடத்துல கண்டிப்பா கெடைப்பான். நாம சந்திச்சிக்கிட்டமே, அதுபோல ஏதாவது ஒரு காட்டிலோ, ஊரிலோ சந்தையிலோ கெடைப்பான்; அல்லது பார்வையாளர்களிடையே யாருக்காச்சும் தெரிஞ்சாலும் தெரிஞ்சிருக்கலாம்; அல்லது நீங்களே மிச்சக் கதையைக் கட்டி மனசுக்குள்ள முடிச்சாலும் சந்தோஷம்தான். நான் ராணியுடைய கதை.

மனிதன் : ராணி ரொம்ப சந்தோஷமா வாழ்க்கை நடத்தி இருக்கலாம். ஆனால் அப்பண்ணனுடைய கதி? நான் ஒருவேளை அப்பண்ணனா இருந்தால்...

(ராணியின் அணைப்பில் இருந்து மெதுவாகத் தன்னை விலக்கிக்கொண்டு நகர்கிறான் அப்பண்ணன். தனக்குத் தானே பேசிக்கொள்கிறான்.)

அப்பண்ணன் : நான் அவளைத் தொடவே இல்லை. இது எனக்கு மட்டுமே தெரியும். ஆனாலும் அவள் கர்ப்பிணி என்றால் அவள் எப்படிப் பதிவிரதை ஆக முடியும்? நாகப்பாம்பு மேலேயே சத்தியம் செய்திருக்கலாம். எத்தனையோ அற்புதங்கள்கூட நிகழ்ந்திருக்கலாம். எல்லாம் எனக்குத் தெரியும். ஆனா எனக்குத் தெரிஞ்சிருக்கிற விஷயத்துக்கு மதிப்பே இல்லைன்னா, என்ன சொல்லி என்ன பிரயோஜனம்.

சுகம் எங்கே இருக்குது? சந்தோஷம் எங்கே இருக்குது? எதை நம்பி நான் இனிமேல வாழறது? எதுக்காக வாழணும்?

கதை : அப்படியென்றால் அவளுடைய கதி? அது என்ன ஆச்சோ?

(ராணி பேசுவதில்லை. ஆனால் உட்கார்ந்த இடத்தில் இருந்து எழுந்திருக்கிறாள். எதுவும் புரியாதபடிச் சந்தேகத்துடன் அப்பண்ணனைப் பார்க்கிறாள்.)

ஒருத்தன் அன்பா இருக்கறமாதிரி இன்னொருத்தன் அன்பா இருக்கறதில்லை. ஒவ்வொருவரும் அன்பு செலுத்துகிற முறை வேறு வேறு. பிடிவாதம் வேறு. சங்கடம் வேறு. "பகல்பொழுதில் இருக்கிற முகமே வேறு. இரவு வேளையில் ஸ்பரிசமே வேறுவிதம்" என்று சொல்லிப் புலம்பி அழுதாள். இப்போது திடுமென இரவுவேளையின் முறையே மாறிவிட்டால், ஸ்பரிசமே மாறிவிட்டால் – எவ்வளவு பயங்கரம்! யார் – யார் – யார் – யார்! ஒவ்வொரு ராத்திரியும் இந்தப் பிரச்சினை படம் எடுத்து ஆடுமல்லவா? உடம்பும் கலவரமுற்றுவிடுமல்லவா?

மனிதன் : அப்படியென்றால் கதை இன்னும் முடியவில்லை என்று தெரிகிறது.

(அடுத்தபடி கதை பேசத் தொடங்கும்போதே ராணியும், அப்பண்ணனும் ஒருவரையொருவர் பார்த்துச் சிரித்துக்கொள் கின்றனர். வந்து படுக்கையின் மேல் உட்கார்ந்து, கட்டித்தழுவி, முதலில் இருந்ததுபோல அசைவற்றுப் போகிறார்கள். அவர்கள் உட்கார்ந்த இடத்தில் இருட்டாகிறது.)

கதை : குடும்ப வாழ்க்கையில் புத்திசாலித்தனம் எதுன்னு கேட்டா – புருஷன் பெண்டாட்டி ரெண்டு பேரும் இந்த

மாதிரி தலைவலிகளையெல்லாம் தலையணைக்குக் கீழே வைத்துவிட்டு அதற்கு மேல் தலைவைத்துப் படுக்கறது தான். அதையெல்லாம் தாங்கி நடந்துக்கலைன்னா நிர்வாகம் கிடையாது. குறட்டை விடுகிற புருஷன் மாதிரி! முடியெல்லாம் நரைத்து விழுந்து வழுக்கையாகிப்போன பெண்டாட்டி மாதிரி அங்கேயும் கதை இருக்கத்தான் செய்யும். ஆனா அதெல்லாம் இங்கே வேணாம்.

மனிதன் : ஆனாலும் . . . ஏதோ அரைகுறையாகத்தான் இருப்பதுபோலத் தோன்றுகிறது. *(நினைத்துக்கொண்டவன்போல)* அதுசரி, நாகப்பாம்பு?

கதை : *(சிரித்து)* ம். நாகப்பாம்பு.

(கதை உரையாடலைத் தொடங்கும்போதே நாகப்பாம்பு புற்றிலிருந்து வெளியே வருகிறது. வழக்கம்போலக் குளியலறைப் பொந்து வழியாக உள்ளே நுழைந்து நாகப்பனாக உருமாறுகிறது.)

ஒருநாள் நாகப்பாம்பு புற்றிலிருக்கும் சமயத்தில் ராணியைப் பார்த்து வெகுநாட்கள் ஆகிவிட்டனவே என்று தோன்றியது. அவள் எப்படி இருக்கிறாளோ, ஏன் ஒரு தரம் சென்று சும்மா பார்த்துவிட்டு வரக்கூடாது என்று தோன்றியது.

நாகப்பன் : *(சிரித்தபடி)* ஏன் ஒருமுறை பார்த்துவிட்டு வரக் கூடாது? அவள் சுகத்தோடும், சந்தோஷத்தோடும் வாழ்ந்து கொண்டிருக்க வேண்டும். நான் அவளுக்கு எல்லாவற்றுக்கும் ஏற்பாடு செய்திருக்கிறேன். ஆனால் அவள் சந்தோஷத்தோடு வாழ்க்கை நடத்துவதை மட்டும் பார்க்கவே இல்லை. பார்த்து ஆனந்தப்படவில்லை. *(அங்குமிங்கும் பார்த்துச் சிரித்து)* பழைய வழி. பழைய இடம். இப்போது நினைத்துப் பார்த்தால்

அவள் என்னை எப்படியெல்லாம் பைத்தியமாக ஆட்டிப் படைத்தாள் என்பதை இப்போது நம்பக்கூட முடியவில்லை.

(ராணி உறங்கும் மூலைக்குச் செல்கிறான். அவள் புருஷனின் புஜத்தின்மேல் தலைவைத்துப் படுத்துக் கொண்டிருக்கிறாள். அவளது கூந்தல் அவிழ்ந்து பாதம்வரையில் நீண்டு கிடக்கிறது. பக்கத்தில் குழந்தை. அவள் முகத்தில் சந்தோஷக் கோடுகள். களைப்பின் சிறு அடையாளம். திருப்தி. மூவரையும் பார்க்கிறான் நாகப்பன். சட்டென மின்னலால் தாக்கப்பட்டவன்போலக் கீழே விழுகிறான். அஞ்சி முகத்தை மூடிக்கொள்கிறான்.)

நாகப்பன் : ராணி..! என்னுடைய ராணி..! என் நள்ளிரவுச் சுகந்தமே! கனவுக்கன்னியே! நீ இன்னொருவனின் தோளிலா. தினமும் இவள் இதேவிதமாக இவனது தோளைத் தழுவிக்கொள்கிறாளா? தினமும் அவன் உதடுகளைக் கடிக்கிறாளா? நகங்களால் அவன் தோளில் கிள்ளுகிறாளா? நான் . . . ஓடி நழுவி விழுந்து துண்டாகிவிட்டேன் . . . முள்ளின் நுனியில் அகப்பட்டுக் கிழிந்து காற்றில் அலைகிற துணியானேன். ஐயோ, முடியாது! இதைத் தாங்கிக் கொள்ள முடியாது! இந்த நிலைமை இப்படியே தொடரவும் கூடாது! யாராவது சாகத்தான் வேண்டும். யாராவது ஒருவர் சாகத்தான் வேண்டும். இவளுக்கு இதையெல்லாம் நான் தான் கொடுத்தேன். இதை மீண்டும் திருப்பி எடுத்துக்கொள்ளும் அதிகாரம் எனக்கு இருக்கிறது. இங்கேயே ஏன் கொன்றுவிடக் கூடாது? கொன்று என்றென்றும் என்னுடையவளாக மாற்றிக் கொள்ளக்கூடாது? என்னு டையவள் . . . என்னுடையவள்.

(அவள் அருகில் செல்கிறான். வெகு அருகாமைக்குச் சென்று அங்கேயே தங்கிவிடுகிறான்.)

இல்லை. முடியாது என் உதடுகளைத் தைத்துவிட்டேன். என் பற்களைப் பிடுங்கி எறிந்துவிட்டேன். விஷப் பையைப் பிடுங்கி எறிந்துவிட்டேன்.

(பல்லி சத்தமிடுகிறது)

சும்மா இரு பல்லி. ஒரு காலத்தில் என்னைப் பார்த்து வயிறு எரிந்தாய் நீ. இப்ப என்னைப் பார்த்து த்ச் கொட்டிச் சிரிக்க வேணாம். என்னை ரொம்ப பலவீனமானவன்னு நினைக்க வேணாம். இந்த ராஜநாகத்துக்கும், சாதாரணமான தண்ணீர்ப் பாம்புக்கும் தற்சமயத்துக்கு எந்த வித்தியாசமும் இல்ல. தண்ணீர்ப் பாம்பு. ஆமாம். கடைசிவரைக்கும் என் நிலைமை அதுதான். ஒரு ஜந்து. சொல்லு. அவளுடைய ஒவ்வொரு அங்கமும் இருப்பது ஒரு மனிதனுக்காக. முட்டாள். அடிமுட்டாள். உடம்புத் தோல்கூட உனக்குச் சொந்தம் கிடையாது. அதைக்கூட உரித்துப் போட்டுவிடும் இனம் உன்னுடையது. இந்த மனித அழகை உடம்போடு ஒட்டிக்கொண்டு வாழும் ஆசை உனக்கு எதற்காக? அவளுடைய அழகு. அவளது மென்மை ... உனக்காகப் படைக்கப்பட்டவை அல்ல. உனக்கு...

(அவளது அருகில் நெருங்கி அவளது கூந்தலில் ஒன்றை எடுத்து, அதனால் உடம்பைச் சுற்றிக்கொண்டு...)

உனக்கு அவளுடைய நீளமான கூந்தல் மட்டுமே. நாகக்கன்னியைப்போல முடி. உனக்கு இதுவே போதும். கடைசிமுறையாக என் மந்திரச் சக்தியைப் பயன்படுத்துகிறேன். இந்தத் தலைமுடியைக் காட்டிலும் கீழாகிறேன்.

அவள் முடியைக்காட்டிலும் சின்னதாகி, முழுக்க முழுக்க அக்கூந்தலையே தழுவிக்கொள்கிறேன்.

(மேடையின் மேல் இருள் நிறைகிறது. அவன்மேல் மட்டும் ஒளியின் வட்டம். சுருண்ட கூந்தல்போல அதில் நிழல். அதற் கிடையில் அவன் உடம்பெங்கும் அம்முடியைச் சுற்றிக் கொண்டு ஆடுகிறான்.)

இந்த முடியில் விளையாடு. கண்ணாமூச்சி ஆடு. நீந்து, மூழ்கி எழு. மிதந்து செல். அவளுடைய இந்த நீளமான முடியை அன்பு செய். முடிக்குப் புரிந்துகொள்ளும் ஆற்றல் கிடையாது. அவளது கனவில்கூட எந்தச் சத்தமும் கேட்காது. ஆனால் உன்னைப்போல ஒரு ஜந்துவுக்கு இவ்வளவு போதும்.

(முடியைத் தன் குரல்வளையைச் சுற்றிப் படரவைத்துக் கொள்கிறான் நாகப்பன். தூக்குப் போட்டுக்கொள்பவன்போலச் செய்து காட்டுகிறான். மேடை முழுக்க இருட்டாகிறது. மௌனம். அப்புறம் தொலைவில் குருடவ்வாவின் குரல் கேட்கிறது.)

குருடவ்வாவின் குரல் : கருப்பண்ணா..!

அப்பண்ணன் : (சட்டென எழுந்து) ஓ..!

ராணி : (விழித்து) என்ன ஆச்சு?

அப்பண்ணன் : யாரோ கூப்பிட்டமாதிரி இருந்தது.

குருடவ்வாவின் குரல் : கருப்பண்ணா... மகனே... எங்கேடா இருக்கே? வாடா...

ராணி : ஐயோ பாவம், குருடவ்வா...

அப்பண்ணன் : தூக்கத்திலே எனக்கு எங்க அம்மாவே கூப்பிட்ட மாதிரி இருந்தது.

ராணி : பாவம்.

(எழுந்து உட்கார முனைகிறாள். சட்டென இரு கைகளாலும் தலையைப் பிடித்துக்கொண்டு தூக்குகிறாள்.)

அப்பண்ணன் : *(பயத்துடன்)* என்னாச்சு?

ராணி : என்னமோ தலை பாரமா இருந்திச்சி. ஏதோ பெரிசா தூக்கித் தலையில கட்டுன மாதிரி. அந்தச் சீப்பைக் கொஞ்சம் எடுக்கறிங்களா பேன் பார்த்துக்கறேன்.

(அப்பண்ணன் சீப்பை எடுத்துத் தருகிறான். அவள் தலையைச் சீவுகிறாள். சீப்பு முடிக்குள் சிக்கிக்கொள்கிறது.)

நீங்க சீவி விடறிங்களா?

அப்பண்ணன் : சரி.

(அவளது கூந்தலைச் சீவுகிறான். மிகவும் சக்தியுடன் கூந்தலிடையே சிக்கிக்கொண்ட சீப்பை இழுக்கிறான். நாகப் பாம்பின் பிணம் நழுவி நிலத்தில் விழுகிறது. இந்தப் பிணத்தை அபிநயத்தின் மூலமாகவே உணர்த்த வேண்டும்.)

ராணி : பாவம்... செத்துப்போயிருக்கு.

அப்பண்ணன் : *(கூவி)* நாகப்பாம்பு. ராஜநாகம். பக்கத்தில் போகாதே.

(இருவரும் பயந்து தொலைவில் இருந்தபடியே பார்க்கிறார்கள்.)

ராணி : பாவம்... செத்துப்போயிருக்கு.

நாக மண்டலம்

அப்பண்ணன் : *(பாம்பின் சடலத்தைச் சோதித்த பிறகு)* உன் முடியில அகப்பட்டுச் செத்துப்போயிருக்குது பாரு. உன் தலைமுடிதான் நம்மையெல்லாம் காப்பாத்தி இருக்குது. ராணி, பார்த்தாயா உன் பதிவிரதைத்தனத்தின் மகிமையை, உன் முடியின் பெருமையை...

ராணி : நம்ம விஷயம் வேணாம். இந்தப் பாம்பு நம்ம பிள்ளையின் உயிரைக் காப்பாத்தி இருக்குது. அதுதான் முக்கியம். தீர்க்க முடியாத நன்றிக்கடன் அது. நம்ம குழந்தை இந்த நன்றிக் கடனோட இருக்கக்கூடாது. உயிர்த் தானம் மூலமா வருகிற நன்றிக்கடன், அப்பா அம்மாவுடைய நன்றிக்கடனுக்குச் சமம். நான் ஒரு விஷயம் சொல்றேன். கேப்பீங்களா?

அப்பண்ணன் : சொல் ராணி.

ராணி : நாகப்பாம்பா இருந்தாலும் அதற்கு மரியாதையோட கொள்ளி வைக்கணும். அதற்கு நம்ம மகனே கொள்ளி இடணும்.

அப்பண்ணன் : அதானே. செஞ்சா போச்சு.

ராணி : அதுமட்டுமில்ல. ஒவ்வொரு வருஷமும் இதே நாளிலே, இந்த நாகப்பாம்பு நினைவா நம்ம மகன் திவசம் கொடுக்கணும்.

அப்பண்ணன் : *(பயந்து)* திவசமா? நான் உயிரோட இருக்கும் போது திவசமா! இந்தப் பாம்புக்கா? என்ன பைத்தியக் காரத்தனம் இது?

ராணி : அதெல்லாம் எனக்குத் தெரியாது. இல்லைன்னு மட்டும் சொல்லிடாதீங்க.

அப்பண்ணன் : *(சிரித்தபடி)* நீ சொன்னபடியே ஆவட்டும். நான் இப்பவே போய் நாகப்பன எரிக்கறதுக்குத் தேவையான ஏற்பாடுகள செஞ்சிட்டு வரேன். நீ இந்த உலகத்துக்கே தாய். உன் வார்த்தைக்கு எதிர்வார்த்தை உண்டா?

(புறப்பட்டுச் செல்கிறான். நாகப்பாம்பின் பிணத்தைப் பார்த்தபடி ராணி உட்கார்கிறாள். கண்ணீர் வருகிறது. குனிந்து வணங்குகிறாள். மெல்ல அதைக் கைகளால் எடுத்துக் கன்னத்தில் ஒற்றிக்கொள்கிறாள். அசைவற்று அப்படியே இருக்கிறாள். பின்னணியில் சங்கீதம்.

காட்சி நடை பெற்றுக்கொண்டிருக்கும்போதே கதை மெல்ல மறைந்துவிடுகிறது. தீபங்கள் ஒவ்வொன்றாகப் புறப்பட்டுச் செல்கின்றன. விடிகிறது.

பாழடைந்த கோயிலில் மனிதன் ஒருவனே தனிமையில் உட்கார்ந்திருக்கிறான். கோபுரங்களில் இருக்கும் விரிசல்கள் வழியே காலைக் கதிர்கள் நுழைகின்றன . . .

மனிதன் தான் இன்னும் உயிரோடு இருப்பதை உறுதி செய்துகொள்ளும் பொருட்டுத் தன் கை, உடல் ஆகியவற்றைத் தொட்டுக் கிள்ளிப் பார்த்துக்கொள்கிறான். அதற்கப்புறம் எழுந்து, சிரித்தபடிப் பார்வையாளர்களைப் பார்த்து வணங்கிவிட்டுப் புறப்பட்டுச் செல்கிறான்.)

●

கிரீஷ் கார்னாட்டின் பிற நாடகங்கள்

அனலில் வேகும் நகரம்

ரூ.125

நகரத்தில் வாழும் வளமான குடும்பங்களின் வாழ்க்கைமுறையையும் ஏழ்மைமிக்க குடும்பங்களின் வாழ்க்கைமுறைமையையும் குறுக்குவெட்டுத் தோற்றத்தில் காட்சிப்படுத்துகிறார் கிரீஷ் கார்னாட். செல்வந்தர்கள், ஏழைகள் என்னும் நிலைகளைக் கடந்து கசப்புகள், ஏமாற்றங்கள், தந்திரங்கள், நடிப்புகள் என அனைத்தும் எல்லோருடைய ஆழத்திலும் உறைந்திருப்பதை நாடகம் சித்திரிக்கிறது. அனலில் கொதியேறும் தண்ணீர்க் குடங்களைப்போல எல்லோருமே ஏதோ ஒன்றைத் தேடியலைந்து நிராசைகளையும் வெறுப்புகளையும் நெருப்பெனச் சுமந்து, அந்த அனலிலேயே வெந்து வெந்து சாம்பலாகிப் போகிறார்கள். 'இனிது இனிது நகரம் இனிது' என்னும் குரலும் 'கொடிது கொடிது நகரம் கொடிது' என்னும் இணைந்தே எங்கெங்கும் ஒலிக்கின்றன. தடைகளென இருக்கும் மரங்களை வெட்டிச் சாய்க்கிற அரசாங்கச் சட்டத்தைப்போல வாழ்க்கைச் சக்கரம் எல்லோர் மீதும் ஏறி நசுக்கிக் கூழாக்கியபடி ஓடிக்கொண்டே இருக்கிறது.

அஞ்சும் மல்லிகை

ரூ.160

அயல்தேசப் பயணம் என்னும் புதுமை நமது நாட்டில் கடந்த காலத்தில் புறத்தே பெருமைக்குரியதாகவும் அகத்தே அச்சத்துக்குரியதாகவும் கருதப்பட்டது. மேற்படிப்புக்காகவும் வேலைவாய்ப்புகளுக்காகவும் அயல்நாடுகளை நோக்கி தினந்தினமும் பயணப்படும் இன்றைய தலைமுறையினருக்கு அக்காலத்தின் பெருமையும் அச்சமும் விசித்திரமாகத் தோன்றலாம். கால மாற்றத்தின் தடங்களை இன்று நமக்கு உணர்த்தும் சான்றுகளாக இருப்பவை இலக்கியப் பிரதிகள் மட்டுமே. கன்னட நாடக ஆசிரியரான கிரீஷ் கார்னாட் சமூகப் பின்னணியில் எழுதிய நாடகங்களில் ‘அஞ்சும் மல்லிகை’ மிக முக்கியமானது. அஞ்சும் மல்லிகைகளாக வெளிநாட்டுக்குச் சென்ற அக்காலத்து இளந்தலைமுறையினரின் குழப்பங்களையும் கனவுகளையும் இன்பங்களையும் துன்பங்களையும் சிறுசிறு காட்சிகளாக முன்வைக்கிறது நாடகப் பிரதி. ஒருபுறமும் நிற வேற்றுமையால் உருவாகும் கசப்புகளுக்கும் தடுமாற்றங்களுக்கும், மறுபுறம் பால்யத்தில் நிகழ்ந்த பாலியல் பிறழ்வனபவத்தை நினைத்து வதைபடுவதால் நேரும் நிலைகுலைவுகளுக்கும் இடையில் வாழ்க்கை ஊசலாடுகிறது.

சிதைந்த பிம்பம்

ரூ.60

பேரும் பெருமையும் மனிதர்களின் ஆழ்மனத்தில் உறங்கும் விருப்பங்கள். ஒருசிலர் அவற்றை நேர்மையான உழைப்பின் வழியாக அடைந்து மகிழ்கிறார்கள். அதே நேரத்தில் உழைப்புச் சோம்பேறிகளும் ஊக்கமற்றவர்களும் அவற்றைக் குறுக்குவழியில் அடைந்து முன்வரிசைக்கு வந்து நின்றுவிடுகிறார்கள். சமூகத்தில் அவர்களுடைய பிம்பங்கள் நாள்தோறும் ஊதிப் பெருக்கப்படுகின்றன. என்றேனும் ஒருநாள் மனசாட்சி கேள்விக்கணைகளைத் தொடுக்கும் தருணத்தில் அவர்களுடைய பிம்பங்கள் சிதைந்து மண்ணோடு மண்ணாகிப் போகின்றன. மாபெரும் நாவலொன்றை ஆங்கிலத்தில் எழுதி வெற்றியும் புகழும் பெற்றவளாக உலகத்தாரால் பாராட்டப்படும் மஞ்சுளா நாயக்கை நோக்கி அவளுடைய மனசாட்சி எழுப்பும் தீவிரமான கேள்விகள் வழியாகவும் அவள் வழங்கும் பதில்கள் வழியாகவும் விரிவடைகிறது நாடகம். ஒரு கட்டத்தில் நெருப்புப் பிடித்த கூரை சரிந்துவிழுவதுபோல மஞ்சுளா நாயக்கின் பிம்பமும் பெருமையும் சிதைந்து சரிகிறது. அக்காட்சியை அருமையான நாடகத்தருணமாக மாற்றியுள்ளார் கிரீஷ் கார்னாட்.

திருமண ஆல்பம்

ரூ.160

சூதாட்டத்துக்குரிய தந்திரங்களோடும் பேராசைகளோடும் நிகழும் திருமணங்கள் ஏராளம். இரு உள்ளங்கள் இணைந்து இல்லற வாழ்க்கையைத் தொடங்கவிருக்கும் இனிய தருணத்தை, அவர்களைச் சூழ்ந்து நெருங்கியிருக்கும் உறவினர்களின் எதிர்பார்ப்புகளும் சினமும் வன்மங்களும் கசப்புகளும் பொருளற்றதாக ஆக்கிவிடுகின்றன. திருமணத்தைவிட திருமணத்துக்காகச் சேர்ந்திருப்பவர்களின் நோக்கங்கள் முக்கியமானவையாகக் கருதப்படும் அபத்தம் நிகழ்கின்றது. அவை அனைத்தையும் ஒருசேரத் தொகுத்து முன்வைக்கிறது கிரீஷ் கார்னாட்டின் ‘திருமண ஆல்பம்’. பசுமையான நினைவைத் தூண்டும் நிழற்படங்களின் தொகுப்பாக அமையவேண்டிய திருமண ஆல்பம் நிராசைகள், ஆணவங்கள், பெருமூச்சுகள், ஏமாற்றங்களின் தொகுப்பாக மாறிவிடுகின்றது.